BẠCH HÓA

Tập Truyện

CUNG TÍCH BIỀN

CUNG TÍCH BIỀN

BẠCH HÓA

Tập Truyện

THẢO THẢO

2021

LỜI NHÀ XUẤT BẢN THAO THAO

Việt Nam là một đất nước có một dòng lịch sử đầy oi bức và khá đặc biệt, kể từ mùa Thu năm1945, Kách mệnh, chiến tranh chống ngoại xâm, nội chiến, trên cái nền rộng lớn, chừng như vĩnh cửu là sự đối kháng giữa hai ý thức hệ chính trị.

Cuộc nội chiến phân tranh giữa Miền Bắc và Miền Nam lên đến đỉnh điểm kể từ khi có mặt quân đội Mỹ tham dự trực tiếp vào chiến trường Việt Nam, 1965. Từ đó, chiến trường mở rộng, đồn lũy to lớn của quân đội Mỹ có khắp nơi ở Miền Nam.

Trong núi rừng, giữa phố thị, trong các lũy tre làng Việt Nam, bấy giờ, đã có những biển người của quân đội Miền Bắc, và những thi hài của người lính viễn chinh Mỹ. Trên xứ sở thân yêu, đã có những nạn nhân, của tư tưởng như các nhân vật Bạch hóa, của thời cuộc, như cô Xìn, Tư Hồ, như Mẹ, như nàng Dĩ An... vì thảm cảnh điêu tàn từ chiến tranh đã mở rộng cửa.

Nhà xuất bản Thao Thao chúng tôi trân trọng giới thiệu Tập truyện Bạch Hóa, một theo dòng lịch sử từ buổi đầu khởi chiến cuộc Kháng chiến chống Pháp

1946, tới ngày Kẻ-Ra-đi từ Miền Nam năm 1954 trở thành Người-Trở-lại khi cuộc nội chiến kết thúc, tháng Tư năm1975.

Chúng tôi mong rằng tập sách này sẽ đóng góp một tư/tài liệu rất khiêm tốn, từ một Nhà văn đã có một cuộc sống dài lâu. Ông vừa là một chứng nhân tham dự, cũng là nạn nhân chịu lấy, qua suốt những thời kỳ khắc nghiệt của lịch sử nước nhà. Ông có tuổi thơ thời Pháp đô hộ, tới thời Nhật thuộc; cuộc chiến tranh Việt-Pháp chín năm ông sống trong vùng Kháng chiến Liên khu V; hai mươi mốt năm chế độ Cộng hòa tại Miền Nam; hơn bốn thập kỷ sống trong nước Việt Nam Xã hội Chủ nghĩa; lúc tám mươi tuổi ông sang định cư trên đất Mỹ, cho tới ngày hôm nay.

Phản ảnh trung thực một xã hội tối tăm, một khí hậu lịch sử cháy bỏng của chiến tranh, huynh đệ tương tàn, cốt nhục chia lìa, văn chương và chữ nghĩa của Cung Tích Biền vẫn giữ cái phong cách bay bổng, thoát ngoài, luôn giữ thẩm mỹ ngôn ngữ, và bản lĩnh / bản thân của văn chương.

Năm 2021 cũng là năm Kỷ niệm 65 cầm bút, kể từ 1956 và 55 năm bút hiệu Cung Tích Biền, có từ 1966 - với truyện *Ngoại ô, Dĩ An*, và *Linh hồn tôi*. Chúng tôi chân thành cảm ơn quý vị nhà văn, các nhà phê bình đã có những nhận định liên hệ, chúng tôi đã mạo muội trích đăng vào tập sách này. Chúng tôi thành tâm cảm ơn quý độc giả bốn phương đã từ bao nhiêu năm đoái hoài đến văn chương của nhà văn Cung Tích Biền.

Trân trọng.

CHUYỆN CỦA 1946

1

Cai Thì rời làng Văn An ra đi năm 1941, lúc vừa 21 tuổi, trong thân phận một lính thợ xứ thuộc địa, sang mẫu quốc Pháp trong thế chiến thứ II, lúc Pháp bị Quốc Xã Đức xâm lăng. Năm 1945, Thế chiến kết thúc, Cai Thì được tàu nhà binh Pháp cho trở về quê nhà, sau ngày Việt Nam tuyên bố độc lập, tháng 9-1945.

Dân chúng ăn mừng một cái Tết – có tên gọi một cách sạch sẽ – rằng, *"Không còn dưới ách nô lệ của một bọn đế quốc thực dân nào."* Nhưng buổi ấy dân trí hãy còn thấp, mờ tối bước ra từ một xã hội là nạn dân thuộc Pháp nhiều thập kỷ. Trừ chốn thị thành, dân nông thôn mười người mù chữ chín. Người gọi rằng có cái chữ cũng chỉ qua loa biết đánh vần. Người có bằng cấp trong những làng mạc xa xôi là duy nhất là có được mảnh bằng tiểu học.

Ngày khởi nghĩa 1945 câu khẩu hiệu nổi dậy với cờ bay phấp nơi thôn trang, có nơi đã viết sai chính tả, *"Hoang"* hô cách mệnh thành công.

**

Bọn Cai Thì may mắn, xem như được "ăn có" theo chân đoàn lính Pháp trở lại Đông Dương. Tàu hải quân Pháp lênh đênh nhiều ngày trên biển, để chở một phần bọn lính thuộc địa trở về cố xứ, không vào được cảng Đà Nẵng, nơi xưa kia Cai Thì xuống tàu ra đi, lại cập vào một hòn đảo lớn thuộc quần đảo Hoàng Sa.

Bỏ bọn Cai Thì xuống đảo. Tàu Pháp ngay đó đổi hướng vào Sàigòn, nơi binh lính Pháp theo chân quân đội Anh – lực lượng thay mặt Đồng Minh có nhiệm vụ giải giáp tàn quân Nhật sau khi Nhật Hoàng đầu hàng – đã có mặt. Tuyên ngôn Độc lập được công bố tại Bắc Kỳ vào đầu tháng Chín, mấy hôm sau lính Pháp đã nổ súng uy hiếp dân chúng nổi dậy tại Sàigòn.

Với một ít thực phẩm và nước uống cầm chừng, bọn Cai Thì non một trung đội đã là dân thường, không quân phục, không vũ khí, ở lại trong một đồn lính hoang trống. Những hào lũy thấp, vài ổ châu mai, cỏ mọc đầy phủ lấp những bờ hào cạn. Nơi đây, quân Pháp, rồi quân Nhật đã có một ít binh lính đồn trú từ trước, rồi lần lược bại trận, lần lượt rút đi. Lực lượng vũ trang của Việt Nam thời độc lập sơ khai trong đất liền chưa đủ mạnh để tiếp quản đảo. Quần đảo Hoàng Sa, có hơn hai mươi đảo lớn nhỏ. Trên thực tế, Hoàng Sa thuở này là lãnh thổ của Việt Nam, địa phận Quảng Nam.

**

Sống mấy tuần trên một đảo, trông ngóng hằng ngày không thấy tàu sắt tàu buồm nào qua lại, bọn Cai Thì vừa lo chết đói vừa rất thiếu nước dùng. Đất đảo nhiều san hô, năm ấy vào xuân đã vắng mưa. Bọn họ tìm ra một hầm chứa nước trong đồn lũy cũ. Nước còn một lớp mỏng dưới đáy cùng rong rêu. Ngày ngày từ sớm mai khi nắng vừa lên bọn Cai Thì treo bất cứ một thứ gì có màu trắng trên đỉnh cao làm tín hiệu, mong cứu cấp.

Lúc khốn cùng, khá may, bọn Cai Thì gặp ba thuyền chài của ngư dân cù lao Ré. Đảo này nay gọi là Lý Sơn. Xưa kia, trong dân gian có nó có một tên gọi tình nghĩa là đảo Ly Sơn. Tương truyền nó là một ngọn núi từ Trường Sơn trôi lạc ra biển. Núi Biệt ly.

Những thuyền biển này như những con thủy long dũng mãnh, thuyền viên vượt sóng gió bằng tay chèo, nhờ vào lá buồm, chưa hề có máy móc. Dân biển dầm nắng cháy biển mặn da nâu đen như vỏ cây. Bọn Cai Thì tuần tự được lòng tốt đưa về Lý Sơn, được giúp cơm ăn, tặng ít tiền. Hơn tuần lại sức, người Lý Sơn đưa họ vào đất liền là thị xã Quảng Ngãi. Sau, tự ai nấy tìm đường về cố xứ.

2

Cai Thì đi "xe bộ hành" từ Quảng Ngãi về quê nhà, đường dài chừng một trăm rưởi cây số phải mất non một ngày. Xe chạy năm ba cây số lại dừng, khách xuống khách lên.

Đường xuyên Việt bắc-nam, thời thuộc Pháp nhỏ hẹp như một tỉnh lộ, chỉ vừa hai làn xe bốn bánh ngược chiều. Hai bên đường cái quan đều đặn hai hàng cây xanh đổ bóng mát, trông xa xa như tranh vẽ. Một con đường khiêm nhường chạy qua những thị trấn nhỏ nhoi, những thôn trang lặng lẽ.

Xe bộ hành – tên gọi của xe đò hoặc xe khách hôm nay – chạy bằng than. Đường vắng tới mông quạnh, cách nhau vài giờ mới thấy một chiếc xe long nhong như cua bò trên lộ. Chưa có xe gắn máy, một huyện có chừng vài chiếc xe đạp. Các quan lại, bọn giàu có di chuyển bằng ngồi xe kéo, cu li khom người, áo vá chân trần, đầu chùm nón lá, tay cầm càng xe chạy bộ phía trước.

Thùng đựng máy của xe bộ hành nằm đằng đầu to gần một phần tư chiếc xe, nổ phình phịch và luôn bốc hỏa. Một thùng nước lạnh to bự đặt trên trần xe luôn được vòi nước tưới lên giàn máy nổ để làm nguội máy. Xe vừa chạy vừa phọt xuống mặt đường một vòi nước nóng sau khi qua máy. Đụng phải vòi nước này có khi bị phỏng da. Mùa đông, được ngồi hàng ghế trước, chỗ gần tài xế là hạnh phúc vô cùng. Giống như ngồi bên lò sưởi.

Thùng xe bằng gỗ. Băng ghế ngồi bằng gỗ. Ngồi một lúc phải trở bộ vì tê cái mông. Tốc độ xe nhanh lắm cỡ ... ba chục cây số giờ. Xe khởi chạy trước mươi thước anh lơ xe chạy bộ theo sau, vẫn đuổi kịp xe, bám vội cái thùng xe con rùa. Hai bên thành và sau xe luôn có một cái băng bằng gỗ dài, lơ xe đứng trên đó, chịu sức gió và chào đón khách. Mỗi lần muốn tài xế ngừng xe, anh lơ xe thổ mạnh đùng đùng vào thùng gỗ xe.

Còi xe trước mặt tài xế gồm một loa kèn và một bọc hơi cao su tròn to như một bầu vú phụ nữ, bóp vào, bọc cao su nén hơi thoát ra loa kèn kêu toe toe. "Toe toe" nghe ra lãng đãng, thanh bình hơn tiếng còi điện bây giờ. Chiều chiều nông phu đứng trên bờ lúa gần đường cái quan nghe tiếng còi này thích mê. Nó là tiếng kêu của một con vật thay vì bốn chân lại là bốn bánh, nó chạy chậm hơn hươu chạy.

Bấy giờ, 1946, mọi ngành kỹ nghệ, sản xuất, đã thô sơ lạc hậu, lại càng ngưng trệ. Các đảng phái chính trị tại Hà Nội luôn thanh toán nhau để tranh giành quyền lực. Đã có máu chính nghĩa lẫn máu ma đầu, đã có cái chết chính danh lẫn những cuộc thủ tiêu ám muội, âm thầm trong đêm khuya. Giữa khoảng trống chờ bão tới, cuộc chiến tranh Việt-Pháp thế nào cũng phải bùng nổ. Nhân dân đang ra sức học tập trước cách chống giặc ngoại xâm ra làm sao, phải làm sao học cách đào đường, phá cầu, tự đốt nhà, nếu cần, đốt luôn cả chùa chiền nhà thờ, nghĩa là tiêu thổ kháng chiến, khi khói lửa bùng ra.

3

Từ biên giới Pháp-Đức bao nhiêu năm trở lại, Cai Thì tự mừng rỡ: "Quê nhà đây rồi".

Cai Thì bước xuống bờ ruộng, chỗ này vực sâu, nước đồng rất trong, cá rô cá lóc luôn có. Vốc một mớ nước trong lòng hai bàn tay rửa mặt, Cai nghe mồ hôi mặn từ trán mắt môi, sau nhiều ngày đường xa trở về. Rất nhiều mây tháng Tư. Đây là màu xóm làng, cái khí vị quê hương đầu tiên Cai nhìn lại sau mấy năm biệt xứ. Một màu nước pha nắng và gió, xa xa có bóng cây lộn đầu trong bãi nước trắng. Màu xanh cây được nước rửa qua ánh mặt trời long lanh.

Thay vì hớn hở đi cho mau về nhà, Cai Thì ngồi rất lâu bên bờ nước, thẫn thờ nhìn anh Cái-Thì-hôm-nay trong vũng nước nhìn ngược lên anh Cai Thì cũ xưa. Lại nhủ thầm: *"Sao ta ở bên xứ bơ sữa mà ngày trở về gầy quá, mà xao xác như tên tù trở lại?"*

******

Có tiếng trống thùng thùng, đầm đầm, rất xa phía lũy tre. Cai Thì nhận ra tiếng "Trống Kách mệnh."

Cái thùng thùng/bùm bùm ấy không còn trật tự lễ nghi như xưa, của những ngày lễ lạc cũ, như lễ Kỳ yên, lễ Tết. Tiếng trống truyền thống, tiếng trống bình an nay không còn. Âm vang "trống kách mệnh" hôm nay liên hồi, nóng sốt, giục giã. Sau này Cai Thì biết đó là tiếng trống của dân quân thúc giục nhân dân chuẩn bị trói gô Chánh tổng Mãn để xử tội. Sáng hôm sau Cai Thì chính mắt thấy Chánh tổng Mãn phờ phạc, đầu trọc tóc thòi lòi những vết bầm đỏ vì nhân dân cạo đầu cảnh cáo, bằng loại dao mác không được bén cho lắm.

******

Cai Thì nhìn thấy một giếng nước.

Giếng ông Ký lớn nhất làng. Lòng giếng rộng gấp đôi giếng thường. Chừng mươi người cùng lúc đứng múc nước vẫn chưa là chật chỗ thành giếng. Nước sâu và trong vắt. Bao nhiêu năm, những ngày hạ, nắng hạn lâu ngày, các giếng nước trong vùng khô cạn, giếng Ông Ký hãy còn nước lưng giếng. Nó như một trái tim của làng. Một chiếc gương ngày ngày người làng ai cũng một lần soi mặt xuống lòng nước tròn, trong sinh hoạt thôn dã.

Trong hoàng hôn, Cai Thì nhìn thấy nơi bờ giếng làng cũ trước mặt, trong ngày tái ngộ quê hương, là cảnh thần tiên này:

Tất cả bọn đàn ông lớn bé già trẻ tắm quanh bờ giếng đều trần truồng. Người múc nước kẻ kỳ cọ, đùa đùa vui. Bóng chiều phơn phớt, mong manh, yểu mệnh. Cây lá nhạt nhòa trải im trên đất lạnh. Trong cái chiều hiu hiu, những bờ vai vạm vỡ, những mắt hiền hòa, những da đồng đen. Ai nấy vui vầy. Ai nấy đều trần truồng như nhộng. Môt rừng dương vật. Cu nông dân khỏe mạnh, đen nâu và bự.

Thuở nhỏ Cai Thì tắm trên bờ giếng này cũng trần truồng như mọi người. Hôm nay sau nhiều năm ở bên trời Âu, tiếp cận với tiến bộ, biết mặc chiếc xì líp che cu khi tắm, ông ngạc nhiên, cảm thấy khó chịu. Như đi lạc vào một miền man rợ, cắc cớ Cai nhủ thầm, *"Tội nghiệp bọn này."*

Tội nghiệp hơn – ấy là trong lòng dạ người lính thợ Cai Thì – khi ông nhìn đám phụ nữ giữa rừng dương vật ấy. Bọn nữ nhân, tự nhiên như nhiên lom khom giặt giũ, rửa rau, múc nước đổ vào thùng. Ai lo phần ấy. Các bà các chị phần lớn cúi gằm mặt làm việc, trừ một vài cô nhìn lén cánh đàn ông trần trụi. Quen quá mà, ông nào cũng một cái cán thịt như cán dao vậy thôi.

**

Khu giếng nước bỗng rộn rã, khi ai nấy ngạc nhiên thấy ra Cai Thì. Chừng là từ địa phủ trở lại dương gian. Một người ở truồng thân thiết chào Cai Thì. Hai người ở truồng thân thiết nhào ra ôm Cai Thì. Cả giếng nhộng

– sau một ngày làm lụng mệt nhọc từ ruộng đồng trở về – nhận ra người bà con đi biệt tích tưởng tiêu dênh đâu bên trời Tây bỗng dưng như con ma hiện hình.

Cai Thì xúc động, bất giác nắm bàn tay đưa ngang vành tai. Không phải để thủ thế mà là *"chào thời thế."* Lại như lên cơn động kinh ma bắt, Cai Thì hô hoán:

- *Kách mệnh thành công, dân ta văn minh rồi. Cấm lõa thể. Các đồng bào không nên lõa thể.*

Đám người chỗ bờ giếng chẳng một ai hiểu "lõa thể" là cái quái gì. Cũng chẳng ai hỏi Cai Thì ý nghĩa của nó. Cái chữ thánh hiền đám nông dân cũng có biết sơ qua như "thiên-trời, địa-đất, vân-mây, vũ-mưa…" nhưng chưa ai nghe tới "lõa thể."

** **

Buổi tối đám trai làng, bọn thắc mắc cái từ *"lõa thể"*, đồng lòng cử Hai Mau làm đại diện tới hỏi thầy Cửu Cầu, là người có học vấn trong làng.

Nông dân Hai Mau đứng vòng tay khép nép chỗ bậc cửa. Anh ta bỗng dưng sợ hãi không dám thưa rõ nguyện vọng của mình. Thầy Cửu nói nhẹ nhàng:

- Sao kép nép quá vậy? Có gì muốn thưa hỏi phải không? Năm nay mùa màng thất bát, chú túng thiếu muốn vay mượn thì nên hỏi nhà tôi chớ tôi biết gì.

- Dạ thưa con không vay mượn.

- Vậy chuyện gì?

Hai Mau bắt đầu bối rối, câu chuyện chẳng đâu ra đâu:

- Dạ con muốn hỏi, hồi chiều tối thấy bọn con tắm truồng Cai Thì bảo tụi con *"Các đồng bào không nên lõa thể."* Dạ thưa, lõa thể là cái gì? Có là Việt gian? Có là phong kiến cường hào? Có phải đền tội không ạ?"

Thầy Cửu cười nhẹ bảo:

- Lõa thể là ở truồng. Không dính nhập gì tới Việt gian phong kiến cường hào. Ai muốn ở truồng thì cứ làm. Nhưng khi tắm chỗ đông người từ nay các chú nên có cái quần lót thì văn minh hơn.

4

Trăng cao vằng vặc, Rất khuya Cai Thì vẫn không sao ngủ được. Trong không gian tịch lặng của ngày trở về, Cái Thì vẫn cứ nghe mông lung những âm vang xa vắng, như tiếng ca ru rất cũ của mẹ, tiếng bờ lúa trong gió chiều, tiếng những hàng dương từ phía sông Đồng Dâu… Rồi, rõ ràng trong ánh trăng sáng rỡ, lấp lánh huyền hoặc, Cái Thì thấy trên nóc nhà vườn bên một người đàn ông đang hối hả chạy qua chạy lại. Cái bóng trắng, trong ánh trăng vàng, như bay bay, mong hô hoán với trời đất một điều gì.

Bóng trắng vì áo quần trắng, ống rộng lùng bùng, tóc dài như tóc phụ nữ – đúng là lão Bừa rồi đây. Trước đây non ba mươi năm cụ Phan Châu Trinh từng chí thiết hô hào phong trào Âu hóa, xóa bỏ những hủ tục lạc hậu, đàn ông cắt tóc, bận âu phục, nhưng một số thôn dân vẫn để tóc dài tận lưng như đàn bà, lúc lao động vất vả thì búi gọn nó lên.

Quan niệm đạo lý thời ấy, *"Mái tóc là cái ân huệ, cái phúc tinh từ cha mẹ để lại, cao nhất, trên hết của thân người. Nó không hề tiêu trầm, ung vữa như thân xác người sau khi chết đi. Phải cung kính đội tóc dài, dài lắm thì bới thành cục, chẳng thể gọt bỏ tóc đi."*

Đúng là lão áo trắng – lão Bừa – như cái bóng ma chạy dọc trên nóc nhà, dưới ánh trăng, từ đầu này sang đầu kia, rồi đầu kia chạy lại đầu này. Cầm nén nhang đang cháy thì sợ cháy nhà, lão cầm hai thanh tre, thỉnh thoảng làm nhịp phách. Dưới trời vàng lụa, cheo leo trên nóc nhà, người áo trắng kêu gào, nhờ vả thần linh:

- Hú ba hồn bảy vía con Nhái mày ở đâu, hồn lạc nơi đâu, mau trở về nhập lại xác… xác lạnh rồi, xác muốn áo quan… con ơi. Hú ba hồn bảy vía con Nhái… hồn lạc nơi đâu mau mau trở về…

Con Nhái, đứa con gái duy nhất của lão đã tắt thở từ lúc chập tối, mà giờ này lão còn leo nóc nhà gọi hồn con về. Tiếng gọi hồn lạnh như trăng núi một mình.

Trong bóng đen của cây mít góc vườn trăng, bóng lá đen khắc rõ một vùng, người vợ của lão ngồi thu mình khóc lóc. Bà như một con cóc tội nghiệp, ngồi chồm hổm kêu trời, khóc tha thiết con Nhái.

Cai Thì rùng mình.

Ông cố bước tới an ủi người cô.

Cai Thì nói: "Cô Bừa ạ, nghe cháu Nhái đau bụng dữ dội hơn một ngày rồi chết. Đó có thể là bị đau ruột thừa. Do không có bệnh viện, không giải phẫu kịp, khúc ruột thừa bị vỡ, vi trùng làm viêm thối lan ra cả vùng bụng mà chết đó thôi. Ma cỏ, hồn vía nào vào đây. Hãy mau lo hậu sự cho cháu nó đi."

Cai Thì càng kinh ngạc hơn khi nghe người đàn bà giải bày:

"Không phải đâu. Con tôi chết oan chỉ là do chồng tôi không biết cách gọi hồn. Hú hồn không đúng. Đàn bà con gái nhiều hơn đàn ông hai vía. Nhái có tới chín vía, đâu phải bảy vía như cha nó. Phải gọi đúng là "Ba hồn chín vía con Nhái…" Gọi thiếu những… hai vía làm sao nó về. Chao ôi là oan nhiệt. Chao ơi hồn con gái tôi đang còn thất lạc nơi mô…"

Về quê nhà một chiều, một đêm trăng tỏ, Cai Thì đụng ngay nhiều thứ bóng tối tràn đầy trong xóm làng. Người ta luôn nghĩ: *"Ai đó đang có một thần hồn thất lạc."*

**

Buổi sáng, Cai Thì đến thăm Thầy Cửu Cầu, người đã dạy chữ Hán và tiếng Pháp cho Cai từ thuở lên mười. Từ một đất nước có văn minh trở về, Cai Thì nóng lòng muốn làm sao dân tình lạc hậu này mau được khai hóa. Thầy Cửu lại hướng Cai Thì qua một hướng khác, rộng dài những ưu tư hơn, Thầy nói:

"Chú Cai ạ, mù chữ, lạc hậu, hủ lậu, mê tín dị đoan, những thứ ấy là bóng tối nhưng có thể làm cho sáng ra, khi con người biết tự cảm hóa, hoặc được cảm hóa, được giáo dục, được tiếp xúc với cơ hội văn minh hơn. Cái tôi sẽ nói ra đây, mới là bóng tối, một thứ Bóng tối định mệnh dài dặt, khắc nghiệt. Chúng ta khó tiêu trừ nó, vì thế chúng ta mãi mãi là nạn nhân của nó. Nó mang tên, Thân phận lịch sử một dân tộc".

- Dạ thưa..?

"Đó là cái đối kháng giữa hai hệ tư tưởng. Hôm nay sự xung khắc đã lộ rõ trắng đen rồi. Nó là một Bóng tối, đẩy mỗi thân phận chúng ta, con cháu chúng ta mãi vào trong vòng xoáy thanh trừng nhau một mất một còn. Rồi ra mai sau, chỉ mỗi việc chứng minh mình đã trung thành, và phải xả thân cho bên nào, của mỗi hệ tư tưởng chính trị, là triền miên lâm cuộc. Là kiếp đời nối nhau thù nghịch, là tiêu tán đến tận cùng nguyên khí của núi sông này. Một trăm năm sau, con cháu chúng ta, có khi, cũng sẽ phải 'Gọi Hồn Nước' như lão Bừa gọi hồn con Nhái đó thôi."

**

Cũng đã nhiều thập kỷ trôi qua, câu chuyện Cai Thì, tôi thấy mình không nhích xa ra khỏi cái quỷ đạo kia là bao nhiêu.

Cai Thì sống thêm nhiều thập kỷ trên quê nhà. Thời thế đã tưới lên chúng tôi nhiều máu. Máu chống Pháp. Rồi máu chống Mỹ. Máu Đỏ diệt vàng. Máu Vàng thủ tiêu Đỏ.

Lịch sử luôn cháy bỏng, nhưng tôi vẫn như Cai Thì, tôi đang ngồi trong chuyến xe Bộ hành, trên đường quê hương. Xe Bộ hành, một con vật thời đại thay vì bốn chân, nó hân hạnh có bốn bánh cơ khi, nhưng sao tận hôm nay, vẫn là chậm chạp hươu nai, lại rất ồn ào cái khí hậu gà vịt, thuần động vật.

Xóm Gà, Gia Định, 10-2013.

ĐIỂM LỬA ĐẦU TIÊN CHO LÍNH MỸ[1]

I

Pence và Fort, hai sĩ quan cấp úy quân đội Mỹ, đến Việt Nam trong nhiệm vụ một người lính viễn chinh, tham dự trực tiếp vào cuộc nội chiến Bắc-Nam.

Trước khi lên đường, họ được học tạm đầy đủ về lịch sử, địa lý, chiến sự, tình hình chính trị, tương tác xã hội, tâm lý quần chúng nơi sẽ tới. Đặc biệt là cuộc nội chiến đầy khó khăn và sẽ rất ác liệt giữa những người cùng một tổ tiên, màu da sắc tóc. Với người viễn chinh, là rất khó phân biệt ai là bạn ai là kẻ thù, giữa những người bản địa.

"Sàigòn đẹp lắm Sàigòn ơi..!" Fort và Pence được khuyến cáo nơi đây rất nhiều quyến rũ qua các nhà hàng quán rượu vũ trường, những gái mỹ miều, những thần nữ nhục dục dưới ánh đèn màu, cùng lúc những cái chết đến với người Mỹ cũng rất gần kề qua những khối thuốc nổ. Rất nhiều cuộc đột kích cảm tử của đối phương chớp nhoáng vào ngay các cao ốc, các hộp đêm, nhà hàng, nếu có mặt người Mỹ.

Những người lính Mỹ, luôn phải ghi nhớ những điều tối quan trọng khi phải có mặt tại Việt Nam. Người bản xứ có thể họ rất mực lịch sự, vui vẻ, nhưng không phải ai trong họ cũng cùng một chiến tuyến với người Mỹ. Sự nhầm lẫn này, là thường trực. Ngay trong một nhà hàng, trên cùng một bàn ăn, khó thể biết ai là người Cộng hòa bè bạn với Mỹ, và, ai là người Phương Bắc, đối phương của Cộng hòa. Giọng nói Bắc hay Nam không là tiêu chuẩn để phân biệt rạch rời quan điểm, thái độ chình trị.

Một nông dân hiền hòa trên luống cày, một tiều phu trong rừng, một chú thiếu niên áo quần nhàu rách, những sinh viên đang trong giảng đường, chị bán hàng tạp hóa chỗ bãi chợ, công nhân trong các nhà máy, ngay cả các nhà tu hành trong các chùa chiền, một số chính khách, cả những quan chức trong guồng máy chính quyền, những con người có quyền lực, danh vọng, giàu có, không hề là số phận bị bóc lột, tất thảy bọn họ, dù đang sống trên đất Miền Nam, đang hưởng lương bổng phúc lộc của chính thể Cộng hòa, nhưng có thể đó là những người đã/đang cộng tác, là thành phần trung kiên của phía bên kia, thế lực thù nghịch với Miền Nam.

Nhìn toàn cục, Miền Nam đã như một khung rường cột trong miếu đền, đã bị lũ mối xâm nhập bên trong, ruỗng khắp, tằm ăn dâu. Chỉ bên ngoài hãy còn là một nước sơn bóng. Những đường mối âm ỉ này, buổi đầu chỉ ít ỏi, về sau xem như một đại họa. Nó có cái "nguyên" của nó. Chỉ một suy nghĩ, duy nhất một khái niệm, chính là do "Những rường cột miếu đền đáng tôn thờ và yêu kính" kia đã dần dà tự rã mục, tự làm mất sức đề kháng, tự đánh mất "phẩm chất" của một loại danh mộc. Đã mau chóng trở thành một loại "gỗ tạp", món mồi ngon đủ cho lũ mọt mối kia bách hại.

**

Trong khu vực Sàigòn buổi ban đầu chưa có doanh trại lính Mỹ, bọn Fort và Pence được lưu ngụ trong một khách sạn năm từng, nằm trên một trục đường chính, nhìn xuống khu nội ô. Khách sạn to lớn này được người Mỹ mua lại, biến thành một pháo lũy, dùng làm nơi cư ngụ của quân nhân Mỹ, phần lớn là sĩ quan. Đầu não này cũng là nơi thu hút, quyến rũ những khối thuốc nổ TNT sát hại của đối phương.

Tường bao chu vi cao hai mét rưỡi, trên là những vòng kẽm gai rào kín, đèn chiếu sáng thường trực vào ban đêm. Những ngày mưa, loại đèn an ninh này được bật sáng ngay lúc hoàng hôn. Cổng ra vào luôn có lính canh gác nghiêm ngặt, được trang bị súng cá nhân và máy truyền tin liên lạc. Ngay bên cạnh cổng ra vào một lô cốt kiên cố, những lỗ châu mai súng trung liên, đại liên thường trực, để sẵn sàng tác chiến. Những người Việt Nam là nhân viên văn phòng, thông dịch viên, tài xế, phụ nữ phụ việc, tất thảy đều phải có thẻ bài mang trước ngực, trình giấy tờ, qua sự kiểm soát khá gắt gao, ngay từ cổng vào ra.

Các quân nhân nhân Mỹ bị cấm rời khỏi đồn lũy vào ban đêm, ban ngày phải có giấy phép. Vào một ngày cuối tuần, bọn Pence và Fort may mắn có một giấy phép, sáng đi chiều về.

Một buổi sáng, bọn họ trang phục dân sự, đi bộ. Từ cổng ra, quẹo trái hơn trăm mét đường phố hai bên cây đổ bóng cập, họ vào nhà hàng Continental, một khách sạn cổ bậc nhất Sàigòn, có từ thời Pháp thuộc. Một khu vườn rộng giữa tòa nhà cao bao quanh; được chia nhiều khu nhỏ, đầy bóng mát, hoa cảnh. Bọn Pence chọn một một bộ xa lông, lộ thiên, dưới một dàn hoa ti gôn tím.

Nắng sớm, gió nhẹ. Trời thanh thản mây. Điểm tâm, và cà phê. Rất là thú vị với hai anh sĩ quan Mỹ. Món ăn và cà phê hương vị của người Pháp ưa thích. Sàigòn vào thời điểm này, chỉ vừa mười năm qua, người "Thực dân Pháp" cuối cùng ra đi. Gần một trăm năm bị trị, ảnh hưởng mọi mặt từ văn minh văn hóa vẫn còn sâu đậm trong mọi sinh hoạt xã hội Việt Nam, nhất là xứ Nam Kỳ.

Ngay bên cạnh Continental, cùng hướng mặt ra đường Catinat là nhà Hát Tây. Một kiến trúc cổ, do các kỹ sư Pháp xây dựng từ cuối thế kỷ 19. Nay trở thành Tòa nhà Hạ nghị viện của Miền Nam. Nhà hát Tây cùng nhà hàng Continental bên trái và bên phải là hotel Caravelle, cùng đại lộ Bonard, tạo một diện mạo biểu trưng cho sự phồn vinh Sàigòn.

Phía đầu công viên, đối diện ngay tòa Hạ viện có một tượng đài uy nghi. Hình tượng mấy người lính Cộng hòa trang phục tác chiến, súng cầm tay, nón sắt giày trận, trong tư thế tấn công. Ác nhơn, hướng tiến tới để nhả đạn, lạ lùng, là ngay cửa chính, tòa Hạ nghị viện. Các dân biểu đứng từ thềm tòa Hạ viện nhìn ra, đích thị, là ngay tầm đạn.

Fort nhìn tượng đài mỉm cười, nói với Pence:

"Những chiến binh không hướng ra chiến trường, lại quay vào…"

Pence cười, nói nhẹ *"E là cái điềm không hay. Miền Nam luôn bị nội thù chính trị, binh biến thường trực; các tướng lãnh triệt hạ lẫn nhau giành quyền cai trị, như cơm bữa"*.

Hè phố đại lộ rộng thông thoáng, những hàng cổ thụ trên trăm tuổi tỏa bóng mát. Ba đại lộ mang tên ba vị vua yêu nước Hàm Nghi - Nguyễn Huệ - Lê Lợi tạo ra một tam giác, cùng với đường Tự do là khu phố trung tâm, trái tim của Sàigòn. Cuộc nội chiến đẫm máu, thời sự chính trị nóng bức, dẫu sao, dù thế nào, Sàigòn vẫn là nơi tiêu biểu cho sự thịnh vượng, phồn vinh. Vẻ đẹp của Sàigòn được tôn vinh là Hòn Ngọc Viễn Đông, một thời.

Hai chàng mũi lõ tóc quăn rất thích thú quang cảnh đông phương. Màu trời, nắng gió khác lạ. Con người, màu da, trang phục, tiếng nói nụ cười, tất thảy là một thế giới họ chưa thể nghĩ ra. Hôm nay trực diện, món quà từ cuộc viễn chinh đưa tới, từ một bức lìa tuổi trẻ khỏi sự bình an nơi quê nhà, để đến, để có thể chết nay mai, nơi chốn này. Hạnh phúc thu gom trong phút giây. Hôm nay là một ngày đẹp trời, chút hạnh phúc nhỏ nhoi, quý hiếm đối họ.

Pence bỗng giật mình. Từ xa nơi đầu đường Lê Lợi một đám người lô nhô giương cao những khẩu hiệu chống chính phủ. Lại một cuộc biểu tình. Những hàng kẽm gai được kéo ngang đường. Đông đảo cảnh sát đã có mặt.

Những cuộc biểu tình chống chính phủ hay đạo đạt một ý nguyện nào đó của quần chúng vẫn là một quyền tự do được hiến pháp cho phép tại Miền Nam. Chính quyền, về lý thuyết, luôn tôn trọng quyền công dân. Họ có thể bảo vệ những cuộc biểu tình, trong hòa giải, để thực hiện những nguyện vọng đúng đắn cho quyền lợi chung.

Nhưng khói lựu đạn cay đã mịt mùng phía đầu phố kia rồi. Đám đông, có cả những nhà sư, dương cao khẩu hiệu, hô vang những lời đả đảo chính phủ, chống đối sự có mặt của quân độ Mỹ. Họ ném đá, đánh tay đôi với cảnh sát. Cảnh sát có khiên che đầu mặt, chống đỡ; súng dùng đạn cao su để bắn trả, lựu đạn cay được ném ra.

Quang cảnh đường phố trở ra hoảng loạn, tồi tệ. Fort và Pence bỏ chạy về hướng đường Catinat, chui vào Brodard, một nhà hàng máy lạnh, thuộc loại sang trọng. Nhân viên ở đây vui vẻ cho hai chàng lính Mỹ khăn, nước chanh, thau nước, để lau mặt, mắt.

Mất toi một buổi sáng.

**

Dẫu sao vẫn còn được nửa ngày "trên đường phố", bọn Fort đi tìm thú vui để "xả xui". Tới quán bar uống rượu? Tắm hơi? Động đĩ? Họ đi tắm hơi.

Những lính Mỹ tới trước đã truyền tai kinh nghiệm cho bọn tới sau, cách "xài thời gian" cho các thú ăn chơi. Chỉ dẫn thay các dẫn viên du lịch là bọn nhóc hè phố, đám bụi đời lang thang, trẻ đánh giày, bọn rao bán đồ kỷ niệm. Chúng thường lẽo đẽo theo sau đám du khách hoặc lính Mỹ dự khị để bán các món đồ lưu niệm vụn vặt. Bọn nhỏ kiếm thêm tí tiền nhờ việc chỉ đường, mách bảo một số thông tin địa phương cần thiết cho người phương xa.

Một thằng nhóc dẫn đường, qua vài quãng phố, khu nhà hàng, quán rượu, cà phê nhạc, là tới nhà tắm hơi, đấm bóp. Nhóc được trả công một đô la.

Dù có loại phòng tắm hơi dành riêng, lính Mỹ vẫn khoái tới các nhà tắm hơi đường phố. Phức tạp, nguy hiểm nhưng vui vầy.

Nhà tắm hơi thuộc loại sang, giá cao. Một trệt hai lầu. Một tầng riêng dành cho khách nước ngoài. Ngoài Mỹ, những thành phố lớn Miền Nam như Đà Nẵng, Nha Trang có rất nhiều người nước ngoài.

Một quản lý thân mật chào hỏi hai người lính, hướng dẫn mua vé chỗ quầy vé, rồi đưa họ lên phòng tắm. Có hai loại phòng. Phòng nhiều người cùng tắm chung. Phòng chỉ dành cho một người, giá đặc biệt. Pence vào phòng đăc biệt.

Pence tắm xong có gái xoa bóp tại chỗ. Giường nệm sạch sẽ, phảng phất mùi nước hoa. Cô gái xinh đẹp, y phục khá mỏng manh, xoa bóp, mân mê điệu nghệ cơ thể Pence. Chàng ta chịu không thấu bắt đầu quậy.

Trên bờ tường có bản niêm yết to tướng "Mong thông cảm, đây không là phòng hành lạc, mua bán dâm".

Lính xa nhà, khó nằm yên. Pence ngưng một lát, rồi quậy tiếp. Sờ sẫm ta bà đủ kiểu dạng. Cô gái khôn ngoan, chìu khách. Không vậy thì tiền boa hẻo lắm. Qua một giọng dịu dàng, bằng tiếng Anh khá thành thạo, cô nói:

- Đi chỗ khác, em có phòng riêng cho anh.

Pence cứng cu muốn điên, chửi đổng. Cô gái cười, nhã nhặn nói với Pence:

- Chửi tiếng Mỹ chẳng ai hiểu, để em dạy anh chửi "đù má mày".

Pence rất thích thú "Đù-má-mày".

Sau đó, anh chào tạm biệt cô gái: "Đù má mày". Chỗ cửa ra, Pence nhìn cô gái, mê đắm. Anh nói như ma bắt:

- Em đáng yêu, muốn làm vợ anh không?

Cô gái buồn bã:

- Chốn này linh thiêng lắm. Chớ bạo miệng để phải chịu nợ nần với nhau.

Khác với Pence, Fort vào phòng tắm chung, chứa được khoảng sáu người một lúc. Chỗ phòng thay áo quần, một người đàn ông đưa cho Fort một cái bọc ni lông, bảo: "Bỏ tiền bạc, đồng hồ bốp ví, những gì của riêng vào bao này, mang theo người vào phòng hơi. Nơi đây không ai chịu trách nhiệm về sự mất mát cho mình cả." Fort đọc thêm những điều lệ khác trên tấm bảng điều lệ niêm yết trên tường, hai ngôn ngữ Việt và Anh.

Fort choàng một cái khăn tắm ngang qua bụng, cùng chui vào phòng có vòi nước tắm cho sạch người trước khi qua phòng hơi. Phòng hơi, đầy sương mù trắng. Có ba người đang nằm, ngồi, trên các băng đá theo chiều dọc căn phòng. Hơi tỏa rất nóng, thơm.

Fort trở ra, đã thấy Pence ngồi chờ nơi phòng khách. Pence phấn khích:

- Một đất nước bị phân ly, chinh chiến bao năm, còn có phòng tắm hơi, có gái để nhìn ngắm là quý lắm rồi. Gái Việt Nam xinh đẹp, thông minh, lại dịu dàng. Nghệ thuật chìu khách, đấm bóp cỏ ấy thì cơ thể bọn đàn ông có là chì thiếc cũng nhũn ra, mê tít.

- Rành nhỉ.

- Tao mới ôm một nàng.

Fort bỗng than thở:

- Chiến tranh tàn khốc lắm rồi, mặt trận tràn lan khắp chốn. Trong các thành phố gọi rằng an bình hằng đêm cũng ăn đạn pháo kích; các cơ quan, nhà hàng, dinh thự luôn bị đặt mìn nổ tung. Lúc này nhiệm vụ của người Mỹ chúng ta không còn là hàng ngũ cố vấn, chỉ tay năm ngón chỗ văn phòng. Chúng ta là lính trực chiến, ở trong thủ đô này dăm ba hôm lại phải ra mặt trận. Sẽ có chiến địa rõ ràng, sẽ trấn đóng tại một tiền đồn. Đâu có qua đây để hưởng lạc trong cái thành phố vừa đầy nhiễu loạn vừa bị tra tấn bởi thù nghịch tư tưởng như thế này.

Pence bất ngờ hỏi Fort:

- Lúc nãy mày có thủ dâm không?

- Sao hỏi vậy?

- Thì hỏi vậy.

II

Vụ nổ xảy ra lúc sáu giờ chiều. Vào giờ tan sở. Có thể nhìn từ xa, trên nền trời trong xanh, đụn khói đen bốc cao một chiếc nấm. Khối thuốc nổ cực lớn đã làm rung chuyển cả một khu phố rộng, nhiều cửa kính vỡ toang. Rất nhiều kẻ thường dân qua đường, ngay mặt tiền khách sạn bị chết lây, hoặc thương tích nặng.

Khối thuốc nổ TNT được một tài xế người Việt cài sẵn trong một chiếc xe chở sĩ quan Mỹ. Đón sĩ quan về khách sạn xong, tài xế cho xe đậu tại bãi xe quen thuộc, hầm xe ngay dưới tầng một. Khối thuốc nổ phá băng tầng hầm, tầng một, và một phần tầng hai. Các tầng trên bị lửa bốc lên gây cháy theo. Sau vụ nổ người tài xế biệt tích. Anh ta được giao liên đưa ngay ra vùng Củ Chi, nơi có nhiều địa đạo của phía bên kia.

Các đường phố dẫn đến khách sạn bị phong tỏa. Những rào kẽm gai kéo ngang. Quân cảnh, cảnh sát Việt Nam canh giữ các ngã đường. Hàng đoàn xe cấp cứu, hụ còi giành đường tải thương nạn nhân.

Pence cùng Fort thoát chết. Vụ nổ xảy ra lúc họ đang rong chơi bên ngoài. Về tới khách sạn, băng qua hàng rào cảnh sát, bọn họ chưa được phép lên phòng. Lực lượng an ninh phòng ngừa có thể có một vụ nổ thứ hai, như những vụ phá hoại trước đây các nhà hàng, rạp hát. Lần nổ thứ hai gây chết chóc nhiều hơn, vì số đông người tự tập sau vụ nổ thứ nhất.

Bên kia đường, cạnh vòng kẽm gai Pence nhìn thấy đứa bé chạy lẽo đẽo theo sau anh lúc ban chiều được đặt trên một chiếc băng ca, được phủ một tấm ra trắng nhuộm lác đác máu từ cổ trở xuống. Khuôn mặt em được chừa ra, chừng như chờ người thân đến nhận diện.

Một băng ca được đưa ra từ bên trong, có xác người. Fort thảng thốt:

- Cô bồi phòng.

Pence làm dấu thánh giá. Người phụ nữ Việt Nam, vốn đã thân thiện với Fort và Pence, thân thể nát nấm, một cách tay bị đứt lìa.

Fort châm một điếu thuốc, trong bóng chiều, hàng đèn phòng thủ đã được bật sáng, những con mắt trắng bạc, vô tri. Hơn một lần Fort nghĩ xằng bậy là rất muốn ngủ với người đàn bà rất dễ mến này.

**

Thành phố vào đêm. Đèn đường đó đây đã mở mắt vàng tênh. Một quân cảnh Mỹ nói với Pence:

- Nguồn tin an ninh vừa cho hay chính tài xế của thiếu tá Bob đã đặt bom. Hắn giấu chất nổ dưới lườn xe. Khối TNT phát nổ khi chiếc xe nằm trong hầm chứa xe, không có mặt người lái xe. Các anh phải đề phòng. Không thể tin tưởng bất cứ một người bản xứ nào cả, nếu các anh không biết rõ ràng lai lịch của họ.

Pence hỏi:

- Bạn thù cùng màu da sắc tóc. Làm sao phân biệt ai là quốc gia, ai không quốc gia?

Người quân cảnh không trả lời. Đúng ra không thể nào trả lời được. Anh yên lặng bỏ đi. Như đã quen với những vụ nổ thế này, anh ta chẳng chút xúc động, xem những tai nạn, những chết chóc oan khiên kia là phải đương nhiên có, tất nhiên xảy ra, trong một thời nội chiến.

Ngay cả khi một tràng súng, một quả pháo rót ngay vào nơi có cha mẹ anh em của người nã đạn, bên này hoặc bên kia, gây ra những cái chết rất mực đau lòng, nhưng đó không là một lý do để ngưng cuộc tấn công lẫn nhau. Việc phải làm. Càng tiếp tục bắn phá trúng đích càng là một hoàn-thành-xuất-sắc-nhiệm-vụ.

Pence gắt gỏng:

- Làm sao, làm thế nào để phân biệt giữa một người được gọi là quốc gia và người kia không-là?

Fort lạnh lùng, câm lặng rít một hơi thuốc. Anh thấy mình có một sợi dây vô hình dính liền nỗi chết với em bé trên băng ca lề đường đang mong đợi một ai thân quen đến nhận diện, lo việc tang ma cho em, và chị bồi phòng thi thể không toàn vẹn, khi về với đất.

Pence than thở:

- Ngay đây, chúng ta là kẻ tham dự, nhưng chẳng chút hiểu biết gì cuộc chiến khó hiểu của một dân tộc bí ẩn này. Chúng ta chưa hề nhận ra bộ mặt thật của nó.

Họ bắt đầu nhặt nhạnh những hư hao còn sót lại trong phòng trọ. Chiếc vali bị sức nổ xé toang. Trên nền gạch một tấm hình bị sức nóng cháy sém mất một phần. Còn lại, tóc, vừng trán, một nửa cánh mũi, một đôi mắt cười. Người vợ trẻ của Fort. Phần nhân dạng còn lại này một hôm, chỗ phi trường, đã tiễn đưa anh ra đi, một cuộc "du lịch" dài ngày với chiến trận.

Pence mệt mỏi. Tử thần, tiếng nổ, một ánh chớp. Mới một ngày, được thấy trên bến sông người người đi dạo, chơi vui như trong một đám hội hè thanh bình; lúc ngồi trong một quán cà phê, nhìn qua bên kia con đường nắng vàng, đoàn quân nhạc quân phục Hải quân rực rỡ, thổi kèn đánh trống tấu nhạc trong một công viên. Một xứ sở da vàng xa lạ. Một nơi anh hiểu rằng có phân tranh, có cái chết sẽ cầm nắm, nhưng không ngờ cái tốc độ của nó nhanh, khó thể phán đoán, và phi quy luật làm vậy.

Dần dà, Pence tự trấn tỉnh. Tự trách mình đã công thức hóa chiến tranh. Đã ngây thơ giản dị hóa cuộc tương tàn trên một xứ sở có phần kỳ bí này, Tiên với Rồng từng đẻ ra những cái trứng thiêng. Một xứ sở mà hiện tình đang đẩy nước Mỹ vào chỗ cuối con đường.

Pence cố minh biện, có thể là ngụy trang, cho sự có mặt của mình nơi đây, cho dù *"Mai đây ta có phải giết người, cả những thường dân vô tội."*

Viên đạn rời khỏi nòng súng trên xứ sở này không bao giờ đi cuối con đường vô vọng. Nó luôn được chặn lại, được đón nhận bởi máu xương một ai đó.

**

Đêm thâu. Fort yên trong giấc ngủ lúc Pence không sao chợp mắt. Sàigòn trong giới nghiêm. Thỉnh thoảng một xe quân sự hay cảnh sát chạy vụt qua. Âm thanh như rắn bò len lỏi trong đêm ác hiểm. Một tiếng còi hụ, chừng là đang tới một nơi cần tiếp thương, cấp cứu. Cánh tay cụt, thân thể nát, của người bồi phòng hiện ra.

Pence đi đi lại lại, bấu tay lên khung sắt cửa sổ, mắt mơ nhìn bầu trời đêm Sàigòn, thế gian của huyền hoặc. Mỗi phút giây, mỗi ảnh hình mỗi mờ nhạt như chồng vào nhau, trập trùng. Như cái hôm nay đầu thai ngược vào cái đã qua.

Chàng không thấy tuyết, không những đỉnh nhà hình hộp như núi, che khuất cả một góc trời. Không thấy gì giống thành phố quê hương chàng. Ngọn đèn đường nơi đây vàng vọt, thấp lùn. Cây trụ đèn như một kẻ thất thế giang hồ trơ cứng góc đường khuya. Pence nghe cả lũ âm vang tạp động đã dửng dưng như khói, đã chết như cánh cửa, bờ tường. Ở đâu đây thở dài. Đâu đây ám ảnh.

Fort trở mình, choàng dậy.

- Ngủ ngon nhỉ, Fort?

- Hiu hiu chút thôi, khó ngủ quá. Trong chập chờn xanh vàng của mi mắt tao thấy chị bồi phòng ban chiều chưa chết. Chị đứng dưới kia kìa, chỗ ngã tư đường. Hãy nhìn xuống xem nào. Có thể một ai đang trở lại.

Ngã tư đường phố bên dưới, cả hai không ai thấy người đàn bà đứt cụt tay ban chiều sống lại. Chỉ một phụ nữ đang bế một em bé ra phía góc đường, trên tay một tờ báo. Chị ngồi xuống và như ru đứa bé. Có thể chị vỗ về đứa bé đang khóc thét vì đau bụng lúc bài tiết. Một đám đông người già trẻ nằm chen chúc xếp dọc trên lề phố, dưới các mái hiên. Có hai ông già ngồi tựa lưng vào bờ tường hút thuốc, lửa đom đóm và khói.

Pence thở dài, than vản:

- Đó là những kẻ tị nạn chiến tranh.

Bọn Pence đun nước chế cà phê. Có tiếng nổ từ nòng 82 ly cách đó không xa. Chừng năm ba tiếng rồi ngưng.

- Du kích đang nã đạn vào thành phố?

- Có thể.

Nước trong lò điện sôi. Tiếng reo nhẹ. Từ khung cửa nhà cao tầng Fort thấy ánh lửa từ khu phố bị pháo kích. Vài đám cháy rời rạc.

Họ mở ti vi xem tin nước Mỹ. Màn hình hiện ra những người tuổi trẻ biểu tình chống chiến tranh Việt Nam.

Trời trở sáng. Một ngày, trong những ngày đầu tiên trên xứ lửa.

III

Đến lúc Pence và Fort phải trở về đơn vị, cùng đoàn quân lên đường. Chuyến công-voa dài dặc, nhiều loại xe, có thiết vận xa hộ tống. Nơi họ đến là một vùng giáp biên giới Việt-Miên. Ngồi trong lòng nhồi rung theo tốc độ trên con đường không mấy bình yên, Fort nói:

- Từ lúc này chúng ta bắt đầu những đoạn phim sẽ lần lượt được chiếu trên ti vi Mỹ.

Pence cười, hài hước:

- Cố gắng đóng trọn vai nhé, những minh tinh màn bạc.

Fort lại nói:

- Sự có mặt người Mỹ chúng ta sẽ làm cho xứ sở này hẳn sẽ có đổi thay.

- Chúng ta mang tới những xáo trộn mọi mặt trong xã hội của họ. Một nửa nước này thêm bạn, nửa nước kia thêm kẻ thù.

Fort cười:

- Không chắc một nửa nước phía Nam này tất thảy là đồng minh, là bạn của chúng ta đâu.

- Sự tan vỡ đau thương sẽ lan rộng vì sự có mặt của chúng ta, chiến trường lan rộng.

- Chưa vào sân khấu đã âu lo về vai diễn của mình ư.

Pence mệt mỏi trả lời:

- Chẳng ai trong chúng sẽ làm tròn vai diễn.

******

Đoàn xe di chuyển trên quốc lộ chừng bốn mươi cây số bỗng dừng lại nơi một ngã ba. Giáp với quốc lộ là một đường tỉnh lộ, dẫn về vùng biên giới là một vùng đầm lầy, hoang mạc. Có hai mươi phút để các chỉ huy kiểm soát lại hành trình, nhận tin tức mới. Các binh sĩ chuẩn bị tư thế sẵn sàng chiến đấu khi cuộc phục kích có thể xảy ra, trên lộ trình sẽ chạy qua.

Đoàn xe chạy theo tỉnh lộ. Đường trán nhựa nhỏ hẹp, nhiều đoạn hư hỏng vì lâu ngày không được trùng tu. Rất ít nhà cửa hàng quán hai bên đường. Chỉ những xóm làng rải rác, hiu quạnh. Vườn tược cây lá không sum sê như các miền Nam bộ khác.

Đoàn công-voa dừng lại. Những xe chạy đầu đàn bị ăn mìn. Con đường nhựa đoạn này đã bị cày xới gần như một con lộ đất. Mìn dưới lòng đường không lẻ loi. Nó được chôn từng bầy hàng chục trái liên hoàn. Một tập thể mìn luôn được gợi hứng, sẵn sàng hát ca, khi có đoàn xe thù địch bên trên chạy qua.

Ngồi trên xe Pence thấy lác đác người thôn quê di chuyển dọc hai bên lề đường. Trông họ khá cực nhọc, tồi tàn và đầy sợ hãi. Những thường dân đi xe gắn máy, xe đạp, bỗng cả thảy xuống xe, ép sát xe về phía bờ ruộng. Thấy đoàn xe với những con người vạm vỡ, râu ria lạ hoắc; áo giáp nón sắt súng ống đầy người, chiến xa ầm vang; xe GMC chở lính cao nghệu; những thường dân trắng tay đành cúi mặt. Người Mỹ đã tới nơi chốn này. Và, kẻ thù cũng sẽ tới nơi chốn này trong danh nghĩa "Diệt Mỹ". Những số phận dân đen đã rất gần với súng nổ lửa cháy, hoạn nạn đau thương.

Pence đang uống một lon nước ngọt. Trời nắng cháy. Chợt nghĩ ra một trò chơi – rất Mỹ – mà anh cho là thân thiện, Pence miệng cười, tay liên hồi ném một mớ hộp thực phẩm, những lon bia, nước ngọt xuống đám người bên lề đường. Đám dân quê hoảng sợ né tránh, có người ngồi thụp xuống hai tay ôm lấy đầu.

Fort hét:

- Ném thêm một mớ băng bông để người ta băng bó cái sọ não chứ.

Đức Hòa 1968

Bộ Chỉ huy Trung đoàn 10 Thiết giáp binh

---

[1] Xem chung với [2] *Đất Đau Đất Cũng Rùng Mình.*

ĐẤT ĐAU ĐẤT CŨNG RÙNG MÌNH [2]

I

Bọn Pence và Fort đến điểm dừng, là đồn lũy mới, lúc trời đã về chiều. Bên này bờ sông, cạnh một cầu nối liền hai bờ đã bị sụp gãy nhiều vày, do chất nổ phá hoại. Trong quá khứ, có tới ba lần cầu bị phá, được xây lại, rồi lại bị đối phương dùng mìn phá sập.

Nhiệm vụ của liên đội công binh là xây một cây cầu mới, rộng lớn hơn cây cầu cũ, kiên cố, xe thiết giáp, xe chuyên chở hạng nặng có thể qua lại dễ dàng. Cây cầu này rất quan trọng, là điểm chiến lược, nối bên này đường về thủ đô, với bên kia, cách cây cầu khoảng năm cây số, là đại bản doanh của một sư đoàn bộ binh.

Trước đó, đoàn tiền trạm đã dựng một doanh trại với những lều bạt, những căn nhà tiền chế, trong một vòng rào kẽm gai, mìn phòng thủ chưa kiên cố lắm. Phía này doanh trại là bờ con một con sông rộng tăm tắp, lục bình trôi xanh ngắt trên nước bạc. Ba mặt kia bao quanh bởi một cánh đồng lùng lác tưởng như mênh mông. Miền Nam hai mùa mưa nắng. Mùa mưa nước ngập, lùng lác mọc cao xanh kín như rừng nổi. Mùa hè nắng nóng cánh đồng khô vàng. Một đôi nơi, từng bãi rộng màu tro đen, do bọn nhà nông đốt lùng để lấy đất trồng hoa màu.

**

Một phần đất vùng biên giới tây-bắc, bên kia sông, định hướng từ Sàigòn, là một vùng rừng, lầy, bưng biền bao la. Phần lớn dân chúng đã lần lượt rời bỏ quê nhà, chạy vào các thành phố lánh nạn chiến tranh. Cư dân trở nên thưa thớt, xóm làng heo hút những ốc đảo. Đường giao thông, liên lạc với các vùng bình yên bên này sông không được thông suốt. Đồng ruộng bỏ hoang. Rừng đầm lầy trở nên rậm rạp.

Những vùng thôn xóm mất an ninh, tranh tối tranh sáng như thế này, vào thời nội chiến Bắc-Nam, được gọi là vùng Xôi-Đậu. Nghĩa là vùng đất, không thuộc quyền cai trị của hẳn một bên nào. "Đêm đỏ, ngày vàng". Ban ngày tạm có chính quyền Quốc gia, nhưng chiều về tối đến là các nhân viên hành chính tìm mọi cách rút đi, trốn về các quận ly, hoặc những đồn lính mong bảo toàn tính mạng.

Ban đêm dân chúng thuộc quyền kiểm soát của phía Bên Kia. Trong những đêm khuya, nhất là đêm không trăng, "Nhân dân" bị bắt buộc phải đi đào đường, phá hoại. Sáng ra, du kích biến vào bóng tối. Cũng nhân dân ấy, thôn làng ấy, được chính quyền Quốc gia huy động đi đắp lại con đường bị đào phá đêm qua. Dân chúng làm việc cho Bên Kia không được trả tiền công.

Cật lực suốt đêm dài, chỉ vì *"nhiệm vụ thiêng liêng với tổ quốc"*. Dân chúng đắp đường ban ngày, ngày làm tám tiếng đồng hồ, chính phủ Quốc phải trả tiền công. Ngôn ngữ hai bên, đêm và ngày, Ta và Địch, vẫn là tiếng Việt. Tuy nhiên thoạt nghe lời rao/mời, biết ngay, bên nào mời. *"Yêu cầu tất cả nhân dân"*. Và, *"Kính mời toàn thể đồng bào"*.

Khi cuộc nội chiến đến cao điểm, vùng bưng biền biên giới này trở thành một mật khu trọng yếu của quân "Giải phóng". Nó nằm trên trục đường tiếp tế, xâm nhập từ lãnh thổ Campuchia, thời Quốc vương Norodom Sihanouk trị vì.

Vị vua một thời của Xứ Chùa Tháp xinh đẹp này là bậc thánh của chủ nghĩa *"Xăng pha nhớt"*, đầu đội cái bảng hiệu *Trung lập*. Biên giới nước ông nối liền với Miền Nam Việt Nam, nhưng ông cho phép quân lực Miền Bắc Việt Nam có thể lập các doanh trại, căn cứ quân sự lớn lao để binh lính đồn trú, vũ khí tập trung hạng nặng, cả trọng pháo, xe tăng, để chuyển vào các mật khu, đánh phá Miền Nam.

Vì tính thủ lợi, ban giao cả với các nước tư bản lẫn xã hội chủ nghĩa, miễn sao có lợi cho mình, có người đã ví von rằng một bệnh nhân của nước ông đi xe cứu thương do Tây Đức viện trợ, xe chạy trên con đường do Pháp trải nhựa, nằm bệnh viện do Trung Cộng xây cất, thuốc chữa bệnh đa phần là hàng viện trợ từ Liên Xô.

Khi thua trận bên phần đất Việt Nam, binh lính miền Bắc có thể tạm lánh qua bên kia, lãnh thổ Campuchia, để an dưỡng, cứu thương, chữa bệnh. Các hậu cần được tiếp tế thêm thuốc men, quân trang, vũ khí, đạn dược, thụ nhận những chỉ thị, quân lệnh, từ Hà Nội chuyển vào. Ít lâu sau họ lại vượt biên giới về lại chiến khu cũ, phối hợp với lực lượng du kích, vũ trang địa phương lót sẵn. Những trận công đồn, phục kích, tập kích vào các làng mạc, thị trấn Miền Nam lại bắt đầu ác liệt hơn.

Để có một nút chặn vững mạnh, cách vùng bưng biền không xa, một thị trấn nhỏ đã biến ra một bản doanh to lớn, của lực lượng một sư đoàn bộ binh quân Cộng hòa. Thống thuộc bộ tư lịnh sư đoàn, có ba trung đoàn bộ binh, ba tiểu đoàn pháo binh, một trung đoàn thiết giáp, các tiểu đoàn trinh sát, truyền tin, vận tải, quân y... một sân bay nhỏ, dùng cho các loại chuyên chở có đường đáp ngắn. Tổng diện tích quân sự lớn gấp ba lần vùng dân cư trú của thị trấn. Lính tráng đầy ngập. Dân chúng gần gũi hơn với những trận pháo kích từ ngoại vi nã vào, cùng những trận tập kích chớp nhoáng, để lại rất nhiều xác chết của phía bên kia. Một định nghĩa chung, dân chúng nơi này đã hòa nhập nhịp nhàng vào khí hậu Cộng Hòa, chiến chinh, trầm tư, ca nhạc. "Tình anh lính chiến". "Tâm tư bốn vùng chiến thuật".

II

Những ngày đầu binh lính Mỹ cảm thấy hụt hẫng, nhưng cũng có một chút thú vị khi đồn trú tại một vùng đất xa lạ. Nó rất đổi tịch lặng cảnh thôn dã. Trong lúc chờ cây cầu kiên cố hoàn thành, đội công binh của Pence tức tốc lập một cầu dã chiến, bằng các xà lan kết lại, để tạm thời thông thương. Một xã hội tạm bợ tức thì được hình thành dọc hai bên đường dẫn vào trại lính Mỹ, do dân chúng tứ phương tụ về. Địa điểm này bỗng chốc trở nên đông đúc, rộn ràng. Những phương tiện chuyên chở trước kia muốn qua sông, là phải nhờ trực thăng, nay có thể dùng xe, từ bản doanh sư đoàn, hai chiều đi về tấp nập qua cầu.

Chỗ đầu chiếc cầu cũ sụp gãy hãy còn một đồn lính Địa phương quân, lo việc canh gác, cùng lúc một doanh trại nhỏ dành cho vợ con họ ăn theo.

Ngoài công binh Mỹ, có thêm một doanh trại của một đơn vị bộ binh Mỹ kế bên để yểm trợ tác chiến cho công binh, cùng lúc hành quân quanh vùng để nới rộng sự an toàn. Có lính Mỹ là có đám người Việt tới quanh, như ong tìm mật, lo những dịch vụ nấu ăn, giặt giũ, hớt tóc, quán cà phê, quán ăn... Đương nhiên lính Mỹ có một câu lạc bộ trong doanh trại đầy đủ, nhưng bọn họ ham vui ở ngoài, thoái mái hơn, nhất là vụ... rượu, gái.

Đồn lính Mỹ rộng lớn này cũng là một tiêu điểm thu hút sự dòm ngó, và sẽ "nã đạn vào" của phía bên kia.

Trong một buổi thuyết trình, Trung tá chỉ huy trưởng Kent đã nói với bọn Pence:

"Chúng ta tới vùng đất này, là bạn với Miền Nam, nhưng cũng phần nào giao cái "chính nghĩa" của Việt Nam cho Miền Bắc. Dân tộc này đã nghìn năm bị người Trung Hoa đô hộ, rồi người Pháp, tới người Nhật từng chiếm cứ, họ rất nhạy cảm với sự có mặt của chúng ta. Họ xem người Mỹ cũng là một loại ngoại bang, đế quốc. Dưới chiêu bài chống ngoại xâm họ sẽ làm lu mờ ánh sáng của tự do, thao túng tư tưởng, vận động lẫn cưỡng ép dân chúng Miền Nam cầm súng nổi dậy. Họ có thể chẳng để chúng ta yên đâu. Các bạn phải cực kỳ thận trọng, và xem sự hiểm nguy, cả hy sinh tính mạng của mình, là một điều đương nhiên. Họ quyết đánh đuổi chúng ta. Ôm thắt lưng Mỹ mà đánh. Họ có thể dùng vài ba chục cái mạng Việt để đổi một xác lính Mỹ. Các bạn nên nhớ..."

Quả thực, chỉ vừa hơn một tháng đồn trú, đồn lính Mỹ đã bị hai lần nã pháo, loại hạng nặng 122ly.

Vào một đêm cuối tuần, một trận công đồn, có thể là thử sức của lực lượng nón cối. Cuộc giao tranh ác liệt. Pháo tràn ngập cùng lúc thuốc nổ bọc lôi nổ phá những hàng kẽm gai phòng thủ. Phút chốc đã có mặt những người lính trần, với cộc một chiếc quần đùi, chân mang dép, không có giày trận, mình mẫy bôi đất bùn ngụy trang, xuất hiện ngay trung tâm, có hầm bộ chỉ huy.

Trước sức kháng cự tinh nhuệ và, vũ khí tối tân của lực lượng Mỹ, xác chết trần trụi đã nằm la liệt. Đã phung phí mạng người ngoài sức tưởng. Những xác trần trụi, mình đầy bùn đất. Họ trông rất trẻ, chừng lên đường ra trận mạc lúc tuổi chưa thành niên. Không sao cả, "lý tưởng" đã mở rộng cửa, rất nhiệt tình trong chủ đích *"Dùng rừng biển người làm thực nghiệm, đo lường mức độ trận mạc"*. Phải hằng nghìn binh lính chết trận lót đường, cho việc thử nghiệm. Chỉ một nét bút chì trong phòng chỉ huy kéo qua trên bản đồ địa hình, có giá vài trăm mạng người nằm xuống nơi chiến địa. Phải có "quá trình" như thế, Ta mới đi được con đường từ du kích chiến đến trận địa chiến, chiến tranh đường phố. "Không phải chiến tranh dạy chúng ta, mà chính hờn căm dạy chúng ta trên hành trình".

III

Nơi bãi đất ngay đầu cầu cũ, dù cầu bị ăn chất nổ sụp gãy, hãy còn một cái lô cốt to lớn, hai tầng, xây bằng xi măng cốt sắt, do một đơn vị Địa phương quân trấn giữ. Tầng dưới, sâu trong đất như một cái hầm rộng lớn. Tầng trên lộ thiên, chung quanh có những lỗ châu mai, súng đạn trang bị đầy đủ, cả súng đại liên. Lô cốt nằm cách đồn lính Mỹ chừng hơn ba trăm mét, và cách đường giao thông chính bởi một khoảng ruộng nước. Bắt qua đám nước là một con đường đất, trên lót những tấm dĩ loại sắt quân đội, để cho xe nhà binh dễ dàng ra vào.

Bấy giờ từ xa một đám người dắt dìu nhau tiến về hướng chân cầu. Xa hơn một chiếc xe hư hỏng vì mìn, nằm ụ.

Đám hành khách xe đò một đoàn lang thang, nhạt nhòa trong hoàng hôn đi về hướng cầu. Một thanh niên trong họ khuyên bà con nên vào ngay cổng đồn lính Mỹ xin cầu cứu, trú ngụ qua đêm, đồn lính Mỹ có nhiều thực phẩm thuốc men, chỗ trọ sạch sẽ. Đám phụ nữ và các cô gái trẻ phản đối, lý do, "rất sợ lính Mỹ". Vì sao mà sợ? Sợ bọn Mỹ hiếp dâm? Ai nói vậy? Người Mặt trận nói. Nói, một trăm phần trăm lính Mỹ là bọn hiếp dâm đàn bà gái trẻ, là thèm đốt nhà, giết trẻ em.

Đám người thương tích đi về phía lô cốt, xin lính địa phương cho trú nhờ qua đêm. Hai người bị thương nặng được khiêng theo còn đặt trên bờ ruộng. Nhiều người khác, về đến đây hãy còn trong lớp quần áo máu me quanh mình, tự băng bó vội bằng chiếc khăn trùm đầu hoặc chiếc áo cởi ra quấn tạm, hòng cầm máu.

Một bà mẹ trẻ bị thương nơi bàn chân vừa rên rỉ vừa trật vú cho đứa con bú. Một chị khác bẻ miếng bánh mì cho đứa con gái nhỏ, nó vừa đói vừa sợ hãi, da mặt trắng như được nhồi bột. Tất cả là một mớ hoảng loạn, xốc xếch, một mớ sản phẩm chờ Chúa lưu tâm.

Mấy anh địa phương quân nhìn cái sao hôm lơ láo ở chân trời, khó thể nói với đám người lạ mặt tang thương kia một lời nào. Các anh không muốn họ ở lại nhưng không thể đuổi họ đi khi trời tối quá rồi, dù sao cũng một sự đã rồi. Không xúc động không than van, cảnh đó với lính này, luôn xảy ra. Họ, chừng đã quen với việc xe đò vướng mìn. Có khi ngày hai vụ.

Chiếc máy điện cũ trong lô cốt bắt đầu nổ. Đèn soi sáng yếu ớt, vàng tanh. Bầy muỗi đói từ các góc tối bay vù. Một vài người lính đã đun cơm xong, bóc mấy cái hột vịt cho vào nước mắm, một nồi cá đồng, mớ rau luộc trong nón sắt, bữa ăn tối.

Lúc trưa họ được lính Mỹ cho một mớ đồ hộp. "Ở trỏng" có xúc xích, bơ, bánh ngọt, cá hộp, cả mớ thuốc lá, bánh quy. Đám lính Việt chia đều. Phần đông là để dành lại, chờ đến ngày phép mang về cho vợ con. Bây giờ, hít thử điếu thuốc salem, hơi khói nó thơm nhẹ, nhả khói, sướng rên, rồi ăn bữa cơm tối với rau luộc chấm hột vịt luộc, cá đồng kho tiêu, ngon chán.

Nhưng bây giờ chưa ai ăn được. Họ còn lo cho đám người "tị nạn". Hai trại quân Việt Mỹ đóng gần nhau. Nhìn thấy thảm trạng, lính Mỹ Pence, Fort và hai quân y mang băng bông, thuốc men sang giúp đỡ. Đám rối ren chờ đức Chúa trời tới sửa sang, mần lại cho ra cái thứ người lành lặn, nay được mấy anh lính Việt lính Mỹ tận tình giúp đỡ, ai nấy cũng tạm êm.

Hai hành khách bị thương nặng được trực thăng Mỹ xin tải đi. Ban đầu các thân nhân của họ không chịu *"Các ông chở đi rồi các ông ném bà con tui xuống sông cho cá ăn ai chịu?"* Phi công Mỹ cười, liền cho luôn hai thân nhân vừa còm ròm than thở đi theo về tạm bệnh viện dã chiến nhà binh.

Pence vẫn nhìn cô gái trẻ được anh băng bó lúc nảy. Bây giờ cô ngồi thu mình một cách tội nghiệp trong một góc khuất của tầng dưới lô cốt. Màu tường xám xi măng cũ càng làm tăng màu da trắng trẻo của cô. Y phục của cô khá giản dị, thanh sạch, chừng còn là một nữ sinh. Chạm cái ánh mắt sắc cạnh của Pence, cô không giấu đi đâu, chẳng vùi kín được nỗi hoang mang, một pha lẫn giữa lòng biết ơn và nỗi sợ hãi, cô rùng mình cúi mặt. Vết thương nơi vai vẫn nhói đau lan xuống bờ ngực. Cô nhớ cánh tay thô to, rất nhiều lông của Pence chạm vào người cô, khuôn mặt lạ lẫm, một nụ cười an ủi của anh. Anh băng bó rất nhẹ, rất chậm, nhìn cô nhiều hơn nhìn chỗ vết thương. Anh như cố kéo dài thời gian gần gũi.

Fort dẫn ba thiếu niên, xem chừng chúng đói bụng, về phòng của mình. Bọn nhỏ được ăn uống xong có xe đưa trở về lô cốt, mang theo mấy cái mùng nhà binh màu xám, mấy tấm chăn vải từ lính Mỹ cho, và rất nhiều thực phẩm nước uống, bánh mì, thịt hộp, coca-cola, bánh ngọt...

Fort tắm vội bằng một vòi nước từ thùng xi-tẹc, rồi đến phòng họp nhận lệnh từ chỉ huy trưởng, lúc đã mười giờ đêm. Doanh trại Địa phương quân đang có đồng bào tị nạn phải được đặc biệt tiếp trợ, và trực thăng tuần đêm phải trường trực soi sáng quanh vùng, chống những trận tập kích từ ngoài.

IV

Chiếc cầu đã xây xong. Ngay vào dịp Noel và mừng năm Mới. Chiều hôm trước ngày khánh thành bàn giao, Trung tá chỉ huy trưởng Kent đứng trên chiếc cầu mới đẹp đẽ, nhìn con sông nước rộng. Chừng như chỉ có sông dài cùng những màu xanh của cỏ cây xa kia là có chút bóng dáng thanh bình nơi xứ sở này. Bất ngờ, Kent thấy sao chiều này lục bình trôi nhiều quá, về hướng chân cầu. Từng mảng quanh quẩn nhau trôi chậm. Ông thấy có chút gì nghi ngờ. Kent ra lệnh đám lính gác cầu dùng súng trung liên nã đạn ngay vào các đám lục bình. Một tiếng nổ kinh khủng phát ra từ một khóm lục bình. Dề lục bình rách toác và những đóm máu hồng loan trên mặt nước. Cảm tử quân đã ngụy trang trong những dề lục bình, mong phá tung cây cầu.

Pence cùng mấy đồng đội ngồi vây quanh nhau. Đêm cuối năm dương lịch. Đêm biên giới se lạnh. Một bàn rượu được bày. Những thực phẩm đồ hộp làm mồi. Trăng âm lịch chiếu mông lung, mơ hồ như nắng thiên đường trên lều bạt. Họ có thể thấy rõ màu cỏ cháy, vì phải đốt trụi, bên ngoài vòng rào, qua ánh sáng quét từng đợt mỗi khi trực thăng tuần tra bay qua. Cánh đồng lùng lác im lìm như một hoang mạc. Hôm nào đã tới đây? Hôm nay đã có đêm giã từ!

Đám lính trẻ ngồi quanh nhau. Bọn họ đã thấm đòn lửa đạn, nhưng chưa mường tượng ra bao cảnh ngộ sẽ tới, những hiện thực chừng rất huyền ảo, chừng phi thực, đầy bí ẩn, trên xứ sở da vàng này. Chúng chưa thể phòi đầu não ra khỏi cái bóng tối cách biệt giữa một quê hương an bình Mỹ và một hiện tình Việt Nam khá nhiều điều chưa thể giải mã. Có thể trước khi bừng tỉnh, những người lính trẻ này đã là kẻ thương tật, hoặc vĩnh viễn được khắc tên trên bia tưởng niệm những chiến binh Ra Đi không bao giờ trở lại, trên đất Mỹ.

Chỗ bàn rượu, bọn Pence chợt nghe những tràng tiếng nổ liền nhau. Rất đều đặn, một vùng sấm động từ xa vang lại, đợt này sang đợt khác.

Đó là tiếng bom được máy bay B52 Mỹ trút xuống mật khu vùng biên giới, khoảng cách không xa lắm với doanh trại bọn Pence.

Một khi, một mật khu, hay một vùng rừng núi, được B52 quyết định trút bom, thì không chỉ một lần ném bom. Không chỉ hai ba lần bom. Mà là một triền miên bom. Hết đợt này sang đợt khác. Máy bay giăng hàng, đều đặn khoảng cách nhau, đồng loạt trút bom. Hàng ngang xong, tới hàng dọc. Trút bom thêm hàng xéo, cho chắc ăn. Mỗi máy bay 250 trái bom. Hàng nghìn tấn bom tức thì đổ xuống. Oanh tạc mãi. Và mãi. Khi nào rừng nguyên sinh, cổ thụ kín bưng nhiều tầng cành lá, đang che khuất, ngụy trang cho những căn cứ lều tranh ẩn kín trong rừng, bị sạch bong, bày ra chỉ là những khoảng đất trống, gỗ vụn nát... mới thôi.

Trước mặt Pence, những ly tách trên mặt bàn bỗng đồng loạt rung nhẹ. Chúng run rẩy. Tĩnh vật cũng đầy lòng sợ hãi. Chúng muốn cất cánh bay mà không có đôi cánh.

Pence nhìn bọn ly tách đi dần ra rìa bàn, theo nhịp rung đều đều như ru ngủ, từ mặt đất. Chúng di chuyển rất chậm, đầy nghi hoặc. Bọn tĩnh vật nao nao.

Cả bọn lính trong đêm, ngồi yên ngỡ ngàng. Ngây ngất, chìm dần theo tiếng máy bay B52 từ xa. Tiếng bom dài dặc. Đầy từng không u uẩn. Chấn động lan dần, một đám sâu bọ khổng lồ vô hình trườn bò. Đất Mẹ đau đất đã rùng mình. Đám ly tách vô tri đồng loạt buồn nôn.

Hai người lính Viễn chinh – từng được dạy dỗ là phải hiểu văn hóa Việt Nam – thầm thì, những lời thoại xa lạ ngay với chinh họ, khi nghe tiếng sấm bom dìu dặt:

"Tiếng Trống Đồng có phải là tiếng sấm linh thiêng của xứ sở này không?"

"Đúng, nó đang lan truyền tiếng thở dài của định mệnh Việt Nam"

"Nào... cạn ly, Pence".

"Ngày mai ta trở về. Còn ai nhớ tới nước non này!"

Đức Hòa 1968

Viết tại Bộ Chỉ huy
Trung đoàn 10 Thiết giáp binh

NGOẠI Ô, DĨ AN, VÀ LINH HỒN TÔI

Sao, mày có chịu không?

- Cái gì vậy hả chị?

-Thì ngủ với thằng cha Lớp-Bơ chớ còn gì nữa.

- Thôi, em ớn lắm chị.

- Đồ ngu, sức mấy mà ở đó giữ trinh với tiết.

Chị Dĩ An nói với tôi như vậy rồi bỏ đi ngay.

Từ một năm nay chị Dĩ An bỏ nhà ra đi hàng tháng. Mỗi lần trở về chị có tiền đưa cho mẹ tôi. Mẹ tôi hỏi chị, chị nói con đi làm sở Mỹ tận Sàigòn.

Lần này chị về nhà bảo thằng với tôi cho ông Lớp-Bơ phá trinh lấy ba trăm đô la. Chị bảo, "Mày ở cái xóm chó ghẻ này tới già cũng không có một xu nhỏ bỏ vào hòm!"

Tôi nghe cay đắng những lời nói của chị. Sống gần chị như sống gần một bầu trời đầy giông bão. Tôi cũng không hiểu nguyên do nào làm con người chị tôi mau thay đổi như vậy.

Cả cái tên Dĩ An cũng không biết ai đặt cho chị. Chỉ biết lần đầu chị đi Sàigòn về người chị có vẻ xanh xao. Gương mặt chị luôn thảng thốt. Chị có cái nhìn đã hết tinh anh: lầm lì, liều, và hay khóc trong bóng tối. Tôi gọi chị là Liêm – cái tên cha mẹ đặt cho chị – thì chị cãi lại ngay. Chị nói, "Mày nhớ tao là con Dĩ An đây".

Nhiều khi chị có vẻ bình tĩnh, và tâm sự với tôi: "Em này, chị muốn trong đời đến sự khổ đau cũng phải có tên gọi. Người ta đã tìm ra chị nơi cái xóm Dĩ An hèn mọn. Người ta thay nhau ngủ với chị, xem chị như mảnh đất có hoa màu và cần phải đặt tên cho nó."

Những buổi chiều nước sông dâng lên cao chị thường ra nhìn. Chị nói mình thầm tiếc cái gì đây mà không biết được. Chị thích đi ngược chiều gió. Có khi chị ngủ suốt cả ngày. Chị ăn uống thất thường. Nhận xét của chị về cuộc đời đầy vẻ chua chát.

Dĩ An là chị ruột của tôi. Năm nay chị hai mươi tuổi. Trước đây hai năm chị là một nữ sinh có nhan sắc, tính tình hiền hậu nhất trường. Ngày đó cha tôi thường nói mai sau thằng nào gặp con Liêm (Dĩ An đó) là có phúc lắm. Và cha mẹ tôi đã cho chị Dĩ An tới trường với tất cả cố gắng về vật chất của mình.

"Em biết không, nhà mình nghèo lắm". Chị thường nói với tôi như vậy. Năm học đệ tứ có tháng chị đứng đầu lớp. Cha tôi đạp xích lô. Ai không biết điều đó. Nhưng hầu hết ai cũng thương và kính trọng chị. Bạn trai của chị trong đó có Lân là người theo đuổi chị.

Lân lớn người, học sinh đệ nhất cùng trường. Anh thi trượt hai năm. Buồn, xin vào Thủ Đức, mãn khóa về ngành Thiết giáp. Mỗi lần về phép Lân đều thăm chị. Có lần anh xin cưới chị, chị từ chối nhưng chị buồn.

Cái xóm lao động của chúng tôi là một ngoại ô đầy bùn lầy và dấu chân bò. Những mái nhà tôn nóng bức nằm san sát nhau. Từ cái sân nhỏ, con hẻm chật hẹp, hàng cây, nước sơn, cánh cửa sổ đến những ngọn đèn thầm cháy về đêm, cái gì ở nơi đây cũng biểu lộ một vẻ khiêm nhường đáng thương.

Cha tôi thường đẩy xe về nhà khoảng mười giờ đêm. Cái bóng lặng lẽ tiến vào đầu hẻm đúng lúc chị Dĩ An múc nước vào chậu thau chờ sẵn. Sau đó chị dọn mâm cơm ra bàn. Khi xe được đẩy vào hiên nhà chị mang chiếc khăn ra lau chùi. Chị thường bỏ học nửa giờ để săn sóc cha tôi lẫn chiếc xe.

Mẹ tôi về nhà khuya hơn với đôi chân mỏi mệt và gánh chè có khi mười một giờ đêm bán chưa hết. Một đêm trời mưa lớn, các em tôi đã ngủ yên, mẹ tôi vẫn còn đi giữa đường phố. Hôm sau về nhà mẹ đau nặng. Lần đó chị tôi khóc nhiều nhất.

Chị Dĩ An giàu tình cảm. Với ai chị cũng đem lòng giúp đỡ được. Chị lớn hơn tôi hai tuổi nhưng chị khôn hơn tôi rất nhiều. Bây giờ chị đau khổ nhiều cũng vì chị có suy tư và tình cảm.

**

Chúng tôi sinh ra và lớn lên từ ngoại ô. Ngoại ô là bức tranh nghèo nàn. Nhưng tôi không xem mình là kẻ bị lưu đày. Tôi mến ngoại ô này như mến thân thể tôi. Thành phố ngoài kia có gì nhiều tôi không cần biết đến. Chị Dĩ An ạ, làm sao những người ngoại ô có thể là con chim quên tổ ấm phải không chị? Tôi nói với chị Dĩ An như vậy. Chị mỉm cười. Những buổi chiều xuống mau, những tia sáng vàng vọt đượm màu thần thoại của tuổi thơ tôi hãy còn đây.

Rồi chiến tranh mỗi ngày một lan rộng. Chiến tranh trên quê hương này là vết thương khó cứu chữa. Thành phố mở cửa đón những đoàn quân nước bạn. Ngoại ô tôi bắt đầu có những chàng Mỹ trắng Mỹ đen lùng lội tìm của lạ. Linh cảm cho tôi biết ngoại ô này cũng theo thân phận của đất nước. Mọi nếp sống sẽ đổi thay. Mọi tâm hồn sẽ bị lung lay trước sự lung lạc của vật chất.

Con sông mở rộng. Sáng hôm đó chuyến tàu đầu tiên rẽ sóng chạy vào. Những người lính viễn chinh lên bờ mang theo tấm thân lực lưỡng, những thèm muốn và tiền bạc. Một chiếc khăn tay nhỏ một đô la. Một cuốc xe ngắn một đô la. Nói được một tiếng Hello, chỉ được con đường tới xóm bình khang một đô la. Tiền bạc tràn ngập. Đô la đắp lên thành phố khô cằn này. Ngoại ô tôi chìm trong giấc ngủ bỗng thức giấc xao xuyến.

Những ngày đầu tiên chị em tôi không dám đi phố. Thôi, nhường cho họ những buổi chiều đại lộ.

Ngoại ô tôi mất dần những cô gái hiền từ. Con Hiền lấy ông trung sĩ Mỹ, ông ấy cho cha mẹ cô ta một trăm nghìn. Con Tuyết đã bỏ học đi bán bar. Gớm, chị Thuyên thế mà cũng nhảy dù chồng kiếm thêm đô la. Ngoại ô tôi đêm ngày sống trong sự bàn tán xôn xao. Nhiều gia đình nghĩ đến lúc con gái mình cầm lòng không đặng, hư thân mất nết rồi lặn ngụp trong tội lỗi.

Một hôm Lân từ Peiku về thăm chị Dĩ An. Tình yêu nở ra mãnh liệt. Hôm lên đường đáo nhận đơn vị anh mang theo cái niềm vui chị Dĩ An đã nhận lời làm vợ chưa cưới của anh. Nhưng một tuần sau thì Lân tử trận trong một cuộc hành quân lớn. Thi hài anh Lân được chở về thành phố tràn ngập cuộc vui của gái điếm và du đãng. Lân chết trong rừng để thành phố được tiếp tục cơn động kinh của thời đại.

Chị Dĩ An như người bị cướp linh hồn, buổi chiều ra thăm mộ anh, buổi tối khóc, sáng đi thơ thẩn. Chị bắt đầu lập cái vạch nối giữa sự thất vọng cùng những cuộc trác táng.

Năm đó chị tôi thi hỏng. Cha tôi đi làm được nhiều tiền, nhưng chị lại không chịu đi học nữa. Những đứa em tôi được vào học trường lớn trong thành phố. Chị Dĩ An mặc jupe. Tôi dùng dù che mỗi khi ra phố. Xuống đại lộ chúng tôi lẫn lộn trong biển người thời đại. Chúng tôi bị lôi cuốn ngấm ngầm như một người nghiện.

Ngoại ô thân yêu của chúng tôi năm xưa không còn cái vẻ nghèo nàn nữa. Nhưng nó vươn lên một cách học đòi, quê mùa giả tạo. Những chiếc jupe chật, những chiếc áo dài lòe loẹt, những chiếc dù sặc sỡ thấp thoáng trong các con hẻm xưa kia đàn bò lội qua.

Mùa xuân đến càng làm cho người ngoại ô tôi sang trọng một cách đáng thương. Lính Mỹ và trẻ em có một thứ ngôn ngữ riêng, có những con lộ riêng, có những xã giao với nhau đầy bí mật. Người Sàigòncũng thèm đời sống dễ dàng của thành phố này. Những người đến lập nghiệp đầu tiên vẫn là con gái. Họ đều âm thầm tôn thờ một thứ triết lý sống thật là đặc biệt, "Đến thành phố xa làm ăn, khi có tiền trở về quê lấy chồng".

Mãi đến bây giờ tôi vẫn tin nhiều con bạn của tôi đi theo con đường đó. Cũng như dạo nào con gái chủ trương nên yêu một người mà không bao giờ lấy họ làm chồng. Người chồng phải là người lớn tuổi và có tiền. Con gái, nghĩ mà buồn. Sao họ rắc rối lắm vậy.

Gia đình tôi bắt đầu vượt qua cảnh sống nghèo khó thì cha tôi lâm bịnh nặng. Cha tôi chết trong bệnh viện khi những cơn mưa vẫn kéo dài đến thành phố. Đêm hôm đó tôi trả tôi về với ngoại ô nước mắt. Chiếc quan tài của cha tôi lướt qua những con đường nóng sốt. Và nghĩa địa đầy vỏ chai la-de, hộp thiếc vất bừa, là nơi an nghỉ cuối cùng của một đời người.

Chúng tôi thấy bơ vơ trước hoàn cảnh thiếu người che chở. Mẹ tôi khóc suốt ngày. Chị Dĩ An như cánh bèo trôi giạt. Mấy đứa em sắp phải nghỉ học. Những đêm nằm nước mắt tôi ràn rụa. Tôi biết mẹ, chị Dĩ An, em tôi, những linh hồn mai đây không nơi đậu, những chiếc lá đã vàng trên cành. Chiều ngoại ô đã trả tôi nỗi buồn, mái nhà cho tôi nhìn thấy cô đơn; và con đường mùa đông này đã cho tôi những bước đi khó khăn.

"Chị Liêm – tên cũ chị Dĩ An – em phải xin việc làm thôi." "Thôi đi em, chị lớn để chị lo." Mặc dù chị trả lời với tôi như vậy, tôi vẫn đem cái bằng trung học đến các sở xin việc. Nơi nào cũng không nhận vì tôi còn nhỏ tuổi. Có một ông thầu khoán nhận cho tôi làm thơ ký riêng. Nội chiều hôm đó ông đã hôn tôi trong phòng. Tôi tát vào cái mặt dơ bẩn đó, về nhà nghĩ mà thương cho mình.

Chị Dĩ An thì không có bằng cấp. Với cái chứng chỉ đệ tứ chị chỉ được làm ở sở Mỹ nhờ một người quen bảo lãnh. Nội cái việc bảo lãnh cũng phải trả một giá quá đắt rồi. Thằng khốn nạn nói bóng gió nhưng chị Dĩ An thừa hiểu một cách cay đắng rằng: cho nó ngủ một đêm.

Làm công như chị Dĩ An sao mà nhiều tiền quá. Mẹ tôi vốn hiền từ tin ở con mình. Riêng tôi, tôi vẫn có một linh cảm chua xót về chị Dĩ An của tôi.

- Thực tình mày không chịu ngủ với thằng cha Lớp-Bơ hả? Đồ con chó, sao mày dại vậy?

Chị Dĩ An vừa đắp phấn lên mặt vừa nói như vậy. Chị mặc đồ lót đứng trước gương soi không chút ngại ngùng. Tôi nói:

- Thôi chị, em không thể làm được.

- Nghèo mà ham, ở đó thờ phụng cuộc đời. Mày có bồ rồi hả?

- Em không có bồ bịch nào hết nhưng em chẳng thể nghe theo lời chị được, mặc dù em vẫn thương chị như bao giờ.

- Sức mấy mà thương với ghét.

Chị Dĩ An trả lời như xối gáo nước lã, đi lại giường nằm dang hai tay ra như người chờ đợi.

Buổi tối ông Lớp-Bơ đến. Cửa phòng chị đóng kín đến gần hai giờ sáng mới mở ra. Khi xe đưa ông Lớp-Bơ về rồi, tôi nghe thấy chị khóc nhỏ. Sáng hôm sau Dĩ An thức dậy trễ. Trong dáng điệu mệt mỏi chị nói với tôi:

- Em đi phố với chị nghe. Bữa nay chị cho em tha hồ mua sắm.

Tôi đi với chị. Đại lộ từng làn sóng người. Chị Dĩ An trang điểm kỹ lưỡng. Chưa bao giờ tôi thấy chị đẹp như hôm nay. Nhưng thành phố không dành cho chị cái cảm tình nào nữa. Họ xem chị như một món thời đại nặn sinh ra. "Em Bích Ty ạ, miền Trung mình đã quá cực khổ rồi." Chị Dĩ An nói như thế với giọng bồn chồn khắc khoải.

Mua sắm xong chúng tôi xuống bến tàu ngồi. Ngọn núi Sơn Trà dựng lên bên kia sông. Xa xa năm ngọn Ngũ Hành Sơn chìm trong làn mây mờ. Biển ăn sâu vào thành phố mang theo cơn gió ngọt. Chúng tôi ngồi ghế đá yên lặng. Chị Dĩ An thỉnh thoảng thở ra nhè nhẹ. Dĩ An nói:

- Em có nghĩ một con đĩ có tâm sự buồn là một con đĩ đau khổ nhiều nhất không?

Tôi không trả lời được. Dĩ An tiếp:

- Chị bán linh hồn chị rồi. Em thương chị không?

Dĩ An nói rất nhiều trên bờ sông thầm lặng.

Tối hôm đó nước mắt tôi ràn rụa. Tôi thương chị Dĩ An, thương cha mẹ tôi, thương bầy em nhỏ dại không ai nuôi dưỡng. Tôi thương xót hết thảy. Ôi ngoại ô, quê hương, linh hồn tôi.

Các em tôi tiếp tục học hành nhờ đồng tiền của chị Dĩ An. Mẹ tôi sống nhàn rỗi hơn những ngày trước. Tuy nhiên tôi vẫn thấy một cái gì đè nặng lên đời sống mình. Tôi chán ngán. Thực tại là một giấc mơ kinh hoàng.

Chị Dĩ An bây giờ đã thay đổi quá nhiều. Tính tình chị thất thường. Khi vui khi buồn. Chị khóc tự nhiên. Nụ cười hết tinh anh.

Lốp-Bơ vẫn đến mỗi tối. Lốp-Bơ cỡ người cao lớn. Ông đeo kính cận, tóc quăn, khuôn mặt đẹp, trông thông minh. Lốp-Bơ yêu thương chị, muốn cưới chị mang về Hoa kỳ. Dĩ An từ chối.

Nhiều khi tôi nghĩ sau lưng chị còn mồ mả cha ông và bầy em không cơm áo. Chị như mảnh đất nghèo nàn nằm trên quê hương này để nuôi dưỡng những người mới lớn. Em tôi sẽ nghĩ như thế nào nếu mai sau nó biết được nó sống nhờ vào những tờ giấy trăm sột soạt trao nhau trong phòng tối. Chúng nó có thương những người chị tàn phai nhan sắc vì cơn gió thổi đến quá phũ phàng hôm nay.

**

Anh Lân đã chết. Cha tôi đã chết. Đến lượt mẹ tôi già. Em tôi lớn. Những hàng cây ngoại ô đổi thay. Bãi biển thêm những ngày cát bồi và gió mặn.

Tôi cảm thấy bơ vơ giữa biển đời sâu rộng. Chị Dĩ An trôi chơi vơi trong dòng băng rã cuồn cuộn. Không một tiếng gọi nào có thể làm cho thành phố này chú ý. Những người bạn trai đã bỏ đi xa. Cuộc sống ồn ào nhưng thê thiết lạ lùng.

Một buổi tối chị Dĩ An lại bảo tôi:

- Bích Ty ạ, mày nên có chồng đi là vừa.

- Em ngán lắm chị ơi.

- Mày thì cái gì cũng ngán với ngao. Một nước có thể có hai anh hùng nhưng trong nhà hai chị em không nên làm đĩ cả hai mày hiểu chưa?

- Thôi mà chị, cay đắng với em làm gì.

Chị Dĩ An bỗng quay phắt lại:

- Đồ con chó này sao cứ xem ta như kẻ chán đời.

Chị Dĩ An ngồi xuống giường mình, ngả tới phía trước, tay cầm bàn chải đưa tới trước mặt tôi, chị tiếp:

- Này, em phải lấy chồng. Thằng nào cũng được. Có gia đình là tự nhiên có hạnh phúc. Gia đình, nơi đó em trốn được nỗi buồn con gái.

Tôi cúi mặt yên lặng. Tôi thương chị tôi, người trôi dạt cần một chiếc phao. Chị đã chán chường những đêm ái ân qua đường, chán những ngày không đợi chờ mà khoái lạc vẫn đến. Khoái lạc như ngọn lửa lan trên da thịt.

Nhiều chàng trai đã ôm chị tôi trong lòng. Họ hôn chị sau đêm hành quân về. Họ hỏi chị về quá khứ, khen chị đẹp, ve vãn chị nhiều, nhiều lắm. Nhưng tất cả những âu yếm tạm bợ là những nhát chém xuống đời chị tôi. Từ ngày anh Lân chết đi không ai chịu nhận chị Dĩ An làm vợ nữa. Không ai quỳ xuống để ca ngợi một sắc đẹp trong bùn lầy.

Từ ngày anh Lân chết đi, thành phố này đối với chị là một nghĩa trang. Chị thường ra sân ga nhìn những toa tàu nằm chết trong đường. Cây cầu hoen rỉ không dấu xe qua. Chị đến bãi biển ngồi thầm lặng. Hoàng hôn xuống buồn. Có khi khuya lắm chị mới trở về nhà. Chuyến xe trở về ngoại ô lặng lẽ làm chị nhớ tới ba tôi. Tội nghiệp chị, một đời nước mắt.

Tôi đi trên con đường lầy lội đêm mưa này không biết gọi tên ai. Chị Dĩ An đã vào trong biệt thự. Anh Lân, cha tôi, đã có cuộc hành trình riêng lẻ.

Thằng em tôi lớn lên mỗi ngày nó càng lầm lì. Nó muốn tìm hiểu chị Dĩ An nhưng nó làm sao hiểu. Một hôm nó về hỏi thẳng với tôi: "Chị Dĩ An làm đĩ hả?" Tôi không trả lời được. Em tôi gắt gỏng: "Ai đặt cho chị Liêm cái tên Dĩ An đó?" Tôi cúi mặt đi vào phòng, nước mắt ràn rụa. Em tôi bỏ đi. Buổi chiều tôi thấy nó uống la-de say mềm trong quán. Nó đập lộn với bạn bị cảnh sát bắt về đồn.

Tôi đến đồn. Ông đồn trưởng nói thẳng vào mặt tôi:

- Cái gia đình này bầm dập lắm, con thì làm đĩ, thằng thì du đãng.

Tôi trả lời:

- Ông không nên bôi nhọ kẻ khác một cách vô cớ như vậy.

- Cô là chị thằng cao bồi này hả?

- Em tôi không như ông tưởng. Nó là học sinh.

- Học sinh như cô vậy phải không?

Viên đồn trưởng nói xong nhe răng cười với bọn cảnh sát. Họ thúc cùi chỏ với nhau làm như đã thấy tôi ở đâu trong xóm bình khang.

Rồi em tôi đi lính. Một buổi chiều tôi tìm nó ở trại nhập ngũ. Tôi van:

- Em ở nhà với chị. Nhà mình không còn ai đâu.

- Em đã lập hồ sơ xong xuôi cả. Chị ơi, cho em trăm bạc, hết tiền rồi.

Tôi cho nó một trăm đồng (tiền này vẫn là của chị Dĩ An). Nó cầm lẹ rồi đi về phía quán nước làm như quên mất rằng có chị đang đau khổ vì nó ở đây. Tôi đứng tựa vào thân cây bên cổng. Ánh nắng chói chang,

Một lát sau thằng em trở ra với điếu Ruby và nụ cười hiu hắt trên môi. Tôi nói:

- Lâm, em buồn mấy chị phải không? Tụi chị xin lỗi em đây.

- Chị Bích Ty ơi, sao chị ác vậy. Không bao giờ em có ý nghĩ đó.

Lâm có vẻ buồn. Anh Lân ngày xưa nói thật đúng. Theo anh, tuổi trẻ hôm nay có quá nhiều nỗi buồn. Tiếng cười của họ thay tiếng khóc. Em tôi cười nhiều khi trông thật đáng thương.

Lần thứ hai tôi đến trại nhập ngũ thì em tôi chuẩn bị lên đường. Tôi đứng ở cổng nhìn đoàn xe chạy qua. Lâm mặc bộ đồ nhà binh màu vàng rộng xềnh xoàng, tóc hớt cao, vẫy tay chào tôi. Bụi đường bay vút lại sau xe như sương mù.

Em tôi lên đường mà chi Dĩ An không tới thăm nó. Chị đưa tôi hai chục nghìn đồng và nói: "Mày bảo nó vào trong ấy khi nào cần tiền thì cứ viết thư về cho tao, còn việc đến trại nhập ngũ thì tao không bao giờ". Tôi thừa biết chị Dĩ An đã một lần tới đây tiễn đưa anh Lân rồi. Bây giờ chị sợ khung cảnh ấy.

Nhà tôi vắng vẻ lại càng vắng vẻ thêm vì thiếu Lâm. Dĩ An bắt đầu một sa đọa mới: đánh bạc. Tiền trong nhà băng được rút ra để chị đốt trong sòng bài mỗi đêm có tới hàng chục nghìn. Ai cũng biết chị nhiều tiền. Thời gian đầu có tháng chị kiếm ra trên trăm ngàn. Bây giờ đâu lại bắt đầu vào đấy. Người chị trông xanh xao. Những thằng ma cô làm khó dễ chị. Họ lăn lóc trong các vùng đam mê tàn lụi đó. Chúng nó có thừa nghệ thuật làm chị bị kích thích, ngây ngất. Bao nhiêu tiền cũng về tay chúng nó.

Bây giờ Dĩ An như người không còn trí tuệ. Chị không chú trọng tới nhân cách nữa. Gặp bạn đồng nghiệp với chị, chị văng tục nghe mà xanh dờn.

Lâm từ quân trường viết thư về bảo tôi tìm cách giết chị Dĩ An đi. Tôi đọc thư bằng nước mắt. Nghĩ mà thương cho hết thảy kiếp người. Tại sao thân phận nào cũng dai dẳng những đau khổ triền miên, cũng vướng lầy nợ nần trả trọn đời không hết.

Ngoại ô tôi bây giờ cũng mất linh hồn như chị. Dĩ An tôi say sưa, đàng điếm, dối trá, sống theo những bản năng rừng rú không bằng. Tôi muốn rời thành phố nhưng không đủ can đảm.

Rồi Lâm từ quân trường trở về với cái lon trung sĩ. Ở ngoài bước vào tôi không nhận ra. Lâm đen và mập hơn xưa kia rất nhiều. Nỗi khắc khổ đã làm cho Lâm trở thành người lớn. Em tôi hỏi:

- Chị Dĩ An dạo này ở đâu?

Tôi nói:

- Chị không rõ lắm. Chị ấy hai tháng nay không về nhà.

Rồi tôi òa lên khóc. Cái gì nức nở đau thương vỡ ra trong tim tôi lênh láng. Lâm ôm lấy tôi nói:

- Em van chị, đừng làm em buồn.

Nói xong Lâm quay mặt đi, giấu những giọt nước mắt lăn trên má. Đứa em ngang tàng của tôi hôm nay trở về chứng kiến sự tang tóc của gia đình.

Mấy tháng nay mẹ tôi phải đi rong phố với gánh chè trên vai. Tôi đi làm để tìm đủ mọi cách cho mấy đứa nhỏ còn ngồi được trong trường. Lâm lãnh mấy tháng lương đầu dành dụm gởi về cho tôi. Nhưng trong lúc này chị Dĩ An đã tiêu phá đời mình, đã đốt hàng chục ngàn trong một canh bài. Trong lúc này chị phải phiêu bạt phương trời. Chị có nhớ lại quá khứ êm đềm của ngoại ô? Chị có tưởng đến kỷ niệm tuổi thơ? Chị Dĩ An, chị đã đánh mất tương lai, mất cả quá khứ.

Sáu ngày phép trở lại thăm nhà Lâm dành trọn để tìm kiếm chị Dĩ An. Chúng tôi không biết địa chỉ ông Lớp-Bơ. Gặp người Mỹ nào quen với chị ngày trước họ cũng đều lắc đầu: "We don't know."

- Chị Bích Ty ạ, Dĩ An mà chết đi chắc chúng ta phải ân hận suốt đời.

Tôi nghe câu nói của Lâm như nghe điệu buồn vô tận. Mây ngoài trời vẫn bay mau. Những chiếc lá vẫn xanh trên cành. Riêng chị Dĩ An đã lạc loài quá nhiều.

Rồi Lâm lên đường. Người lính trẻ tìm cuộc hành trình riêng cho mình. Tôi trả tôi về với những ngày tháng âu lo.

Ba tháng sau, một đêm trời mưa tầm tã, chị Dĩ An trở về. Mẹ tôi mừng ôm chị khóc òa. Chị có vẻ khác xưa. Da tươi thắm hơn, gương mặt thầm lặng chứa nét đẹp kín đáo như thuở nào. Đặc biệt chị có dáng dấp của một người con gái vừa mới sinh con đầu lòng.

Chị ở nhà một đêm sáng hôm sau chị đi ngay. Trong gia đình này không có mãnh lực nào giữ chị lại được hết. Chị đi Sàigòn sinh con, cho cô nhi viện nuôi rồi trở về tiếp tục con đường cũ. Chỉ có trời xuống đây mới lập lại được cuộc đời của chị Dĩ An.

Tôi thấy mình mất hết cả rồi. Không hy vọng gì ở chị Dĩ An nữa.

"Bích Ty, cho mày hay tao không phải là con cái gì trong cái nhà này nữa. Mày đi làm có tiền để nuôi các em mày nếu mày muốn!"

Chị Dĩ An vất cho mẹ tôi một chục ngàn đồng rồi đi luôn. Hình ảnh cuối cùng của một người chị trong đời tôi như vậy đó.

Tôi buồn và bắt đầu đi lang thang trong những cánh rừng thông bãi biển. Chiều nay tôi âm thầm đạp xe đến cổng một hotel mà cuộc đời chị ném sâu trong đó. Hoàng hôn xuống thành phố. Trên từng lầu thứ ba đèn sáng qua các ô cửa. Chị Dĩ An tôi trên đó. Tiếng cười điên loạn trên đó.

Ngọn đèn pha trên núi Sơn Trà vàng vọt cô đơn. Đêm tối đã bắt đầu trong vùng biển. Gió ngọt xua trên bãi cát vắng. Linh hồn tôi đã lạnh. Tôi lặng lẽ đạp xe về. Ôi, ngoại ô một khung trời buồn.

Cần Thơ, 11-1965

KẺ NGOẠI LAI

I

Mãi đến buổi sáng hôm đó, nhiều tháng ngày sau Iris, trong đầu óc chú Tư khi đi ngang qua chợ Phú Nhuận, chợt thấy mụ hàng thịt ngồi với mấy cân thịt tim tím, bầy ruồi xanh bay vo ve, mùi súc vật chết dậy lên ngai ngái, mùi thích hợp nhất cho một cơn buồn nôn – một quá khứ kinh hoàng chợt thức giấc, thịt bò thức giấc. Quá khứ: người ta đã ăn toàn thịt súc vật chết từ miền núi nguồn trôi về, suốt những ngày Iris gieo thảm họa.

Iris đã mang về biển Đông trên ngàn xác người, và để lại trước mặt Tư hằng trăm con vật chết. Đám thôn dân mang dao mác ra cánh đồng chết mổ thịt những con vật đã nằm yên tĩnh trên lầy bùn. Người ta nấu, luộc ăn một cách ngon lành. Đói. Vì chẳng còn thóc lúa, tất cả đã trôi đi, bốc bay; người ta chỉ còn, chỉ có thịt trâu bò, sống nhờ xác những con vật chết, có thể hôm sau bắt đầu thối, và thiêng.

**

Ngay giữa nền nhà một xác bò đã từ đâu trôi về. Sau chái hè một con bò cắm đầu xuống khoảng bùn lầy. Nửa đêm Tư thức giấc, dạo chơi trong không gian có những khối thịt mềm, trăng soi trên xác trâu bò, ánh sao loang loáng trên mấy cái sừng thiêng láng nhẫy. Có thể, từ bên này khung cửa, trong không gian chiều rỗng, cơn bão vừa lặng, nhìn qua bên kia chân cầu heo hút – đám lính địa phương ốm gầy cũng sống qua ngày nhờ thịt bò. Trên cánh đồng lạnh lẽo tanh tanh, Iris vừa tàn nhẫn đi qua, Tư có thể đếm được hàng trăm xác súc vật, như tảng đá nâu, có tảng màu đen, bất động, những đá tảng có hai cái sừng cong, nhọn.

Không bao lâu sau, khi những đá-tảng-có-sừng bốc hết mùi, vì thịt đã từ lâu trôi rữa, chỉ còn trơ cái khung xương. Bấy giờ, bầu trời sau cơn bão dữ, đã trở lại màu nắng, không gian rộng hơn, cỏ bắt đầu xanh màu mạ trên những thửa bùn khô ráo, đám thôn dân đi rảo đó đây, cả trong những cách rừng thưa, gom nhặt xương trâu bò. Đám xương khổng lồ này được bỏ vào những cái thùng phuy, người ta đun lửa nấu chúng trong nhiều ngày đêm. Khi xương đã rục mềm, chúng được đổ vào những chiếc chảo nhỏ hơn. Lại đun nấu một thời gian nữa, cho cô đặc. Gọi rằng "nấu cao", như người sơn cước nấu xương cọp, gọi là cao hổ cốt.

Những nồi cao bò trâu này được rót vào những cái khung nhỏ, đóng gói bằng lá chuối non theo cách dân dã. Lúc này cao vừa dẻo vừa mềm như một loại kẹo dừa. Người thôn quê mang ra phố thị bán cho các thầy đông y, hoặc các nhà buôn đông dược bắc nam. Các nơi văn minh đóng gói loại cao trâu bò này bằng giấy màu, bọc ni lông, vào thùng cát-tông, đóng nhãn hiệu màu sắc đẹp đẽ, bán đi khắp nước, gọi dỏm rằng cao hổ cốt, loại thuốc bổ thượng thặng; với giá một vốn mười lời. Đấy, con bò chết vẫn còn là một khởi nguyên cho những màn lừa mị.

******

Kể ra, Iris đã tàn phá khủng khiếp, đê điều vỡ tràn, cầu cống gãy sụp, nhà cửa ruộng vườn trôi tan, cả những ngọn đồi thấp càng trở nên thấp hơn trước vì nước dữ phăng đứt ngọn đồi. Nhưng trong cái bóng tối tai ương ấy, dân chúng quê tôi được những ngày ăn thừa chất đạm, dù thịt trâu bò chết. Lại thu được một khoản lợi nhuận không nhỏ từ cốt xương nấu cao bán ra phố thị. Người ta xây lại nhà, mái tranh trở thành mái ngói. Lúc leo trên mái để lợp mái nhà, người ta thường nhìn thấy bên dưới, trong nắng soi nền nhà, là chiếc bàn thờ mới lập chút hương khói, đang thờ người thân thương vừa chết nước. Xác có thể trôi theo sức cuồng dữ của sông đưa đi, ra biển một đoạn xa rồi sóng biển lại dập dềnh đưa xác trở vào bờ.

Sau bão lụt Iris bạo tàn – mà thằng sinh viên, cháu chú Tư đã giải thích một cách lếu láo theo ngôn ngữ văn khoa của nó, rằng: "Đấy là một hình phạt mà Đấng tối cao muốn chúng ta biết thế nào là tai họa và phải biết đến uy danh Ngài" – Tư đã nhất mực lìa bỏ quê nhà.

Cái thằng văn khoa đại học sau đó ít lâu, bị động viên vào trường Thủ Đức; ra trường võ bị mang lon chuẩn úy, xổn xác lên biên giới đụng một trận chiến có xe tăng trọng pháo, rồi máu tự trong cái người nó phọt ra, cái đầu trên cần cổ tự gãy lìa. Hôm mang cậu văn khoa về tống táng, Tư khôi hài nghĩ: "Không ai nấu cao cái khung xương có chữ nghĩa. Nếu mà đem xác cốt bao người chết vì khổ nạn đạn bom lìa chia bắc-nam, mà nấu cao như cao trâu bò, rồi giả dạng cao hổ cốt bán ra thế giới. Khoản lợi nhuận thu vào có khi trùng tu được thân phận hẩm hiu hàng triệu con người đang sống lây lất trên trái đất. Nhân nghĩa ở chỗ, nấu cao xương người chết nuôi người sống."

II

Việc lìa bỏ quê nhà, nơi có chôn cái rốn nhau còn máu sơ sinh lúc lọt lòng mẹ, là nỗi đau khôn cùng, nhưng Tư hiểu là không thể nào sống thêm một ngày trên quê hương đã rặt màu địa ngục, tâm linh què quặt, bám trôi trập trùng cơn mơ không đầu đuôi. Không thể lê lết trong một hoang tàn chỉ thấy toàn nghĩa địa, trống rỗng vì thủy thần tàn độc đã cuốn sạch nguồn sống, chiến chinh đã thổi trôi tất cả mầm tươi. Nơi đây, giờ này, đi bao dặm đường cũng khó tìm một nụ hoa, nụ cười. Chú nhớ rõ đêm buồn bã. Trời đất trở dạ, gió rao báo bão. Sóng biển Đông dội về những chấn động lạ thường. Từ xóm trên lão Truyện mang cây đèn bão xuống báo cho Tư biết đài phát thanh đang loan tin có một cơn bão lớn, có tên là Isis.

Trời tháng mười luôn gió mưa. Là tình chung giữa trời với người, nghĩ vậy, nên Tư chẳng lo lắng gì cho lắm. Đài khí tượng lâu lâu phóng ra vài cái tin giật gân có bão, bão đang tới. Ngư dân vội lao thuyền vào bờ, gồng gánh của cải con cái lên đồi nương. Rồi chả thấy một cơn bão dữ nào cả. Thành quen. Cho nên đêm ấy Tư ngủ ngon, khi bên ngoài trời đất đang mai phục bão lũ.

Gần sáng, Tư tức tốc thức giấc vì cơn nước trút đổ ác liệt chưa từng thấy. Mưa như sấm nổ trên mái nhà. Gió tứ bề điên rít. Như từ đâu lòng núi, từ đáy biển, dưới sâu ruột dạ địa cầu bão gió nứt toạt ra. Cả vườn cây bị nhổ gốc. Kèo cột rui mái đứt tung. Cái núi cái sông cái mặt đất vững chắc bây giờ điên đảo. Cái bồ lúa nặng chịch bốc nhảy như con bò điên.

Một màu trắng nước ngập kín không gian. Những chiếc xuồng lẻ loi băng qua con đường cái quan để tải người cứu nạn. Đám lính trấn giữ cái lô cốt đầu cầu bỏ cầu. Tất cả trèo lên đỉnh một ngọn đồi, ôm súng đợi trực thăng đến tiếp cứu. Xế chiều, đã bắt đầu nhìn ra có những xác chết trôi lềnh bềnh giữa dòng.

Tư ngồi vào cái thúng chai cùng vợ con chèo về chân đồi cao khi nước đã ngập đến mái tranh nhà, vào khoảng hai giờ chiều. Bất ngờ, thúng và người qua chỗ nước xoáy bị lật úp. Tư ôm chặt đứa con, bơi một tay chống chỏi với sức nước. Người vợ trôi nhanh.

Mấy ngày sau khi cơn lụt đã rã, Tư mới có đất để chôn người chung thủy. Không ai dám khâm liệm cái xác đã bốc mùi. Chú cầm cây gậy khều khều vào cái xác. Người đàn bà như được làm bằng một thứ đồ bột nhão ghê ghê. Tư phải can đảm lắm mới làm được cái việc quấn vải cái xác nhão, bó ngoài bằng một chiếc chiếu, thay cho áo quan. Chú bệu bạo nói mình ơi mình, khổ ải quá mình ơi, ông trời ổng giết mình chứ tui có bao giờ phụ tình. Ngày nay mỗi lần nhớ vợ xưa, chú Tư ra quán cóc uống một ly rượu đế Gò đen. Mùi nồng vị cay có thể làm phai cái mùi dĩ vãng âm âm thịt người.

**

Chôn vợ xong, Tư gửi đứa con sống sót cho Trại tế bần của Phật giáo nuôi dưỡng. Bán vội mấy thửa ruộng, thu vén ít của cải, lên đồi thăm mộ tổ tiên. Tư khấn vái, con đi là đi luôn, bái biệt đất đai cỏ mộ.

Thật ra Tư không là một người vô đạo. Mấy năm trước chính phủ kêu gọi đi lập nghiệp ở khu dinh điền Bình Tuy, hoặc đến vùng Quảng Phú của Buôn Mê Thuột, những nơi ấy đất đai phì nhiêu, dân chúng thưa thớt, điều kiện làm ăn dễ dàng, chính phủ sẽ tài trợ toàn bộ cái sống cho hai năm đầu lập nghiệp. Dễ sống quá. Vậy mà Tư nhất định không chịu rời bỏ quê nhà. Vì lưu luyến vườn rau cây cải, còn nghĩa vụ hương khói ông bà. Ra đi, chỉ nhớ ngọn gió nồm, cái nắng hanh Trung Việt đủ ray rứt tấc lòng. Nhưng ngày nay sự thế quá khắt khe. Cái chết đã tìm mọi cách đến với con người rồi. Không chết vì lý tưởng thì cũng ngỏm vì đếch có lý tưởng. Không chết vì ôn dịch thì cũng mòn dần với ám ảnh, kỷ niệm trong tâm can.

Ngày lên đường Tư buồn đứt bóng. Muốn ôm gốc cây gòn cây cau mà tâm sự. Chú xuống cuối xóm ngồi bên đứa cháu gái, con Xìn, khóc mùi mẫn. Xìn ơi, đời tao chưa bao giờ tao khóc. Hồi đi lính thợ ở bên tây bị mấy thằng tây đen say rượu rượt đánh, tao còn dám đánh lại, cháu à tao chưa bao giờ biết khóc.

Con Xìn, đứa cháu gái, ngồi thái thịt bò. Được lát nào nó cho ngay vào nồi nước đang sôi. Nó nuốt cái thứ thịt tai tái. Nó đói. Nắng mùa đông buồn vợi. Gió mù nắng lùa trên con đường quê heo hút.

III

Một chiều, Tư đón chuyến xe muộn, ra Đà Nẵng. Trọ lại một đêm. Đèn ra-đa của quân đội Mỹ trên đỉnh Sơn Trà buồn lạ. Một đám lửa lẻ loi giữa đêm đen. Một con mắt soi thầm, tìm tòi trong đêm quê nhà.

Trong tịch lặng phố phường giờ giới nghiêm, những tiếng rú gầm từ loạt phóng pháo cơ cất cánh rời phi trường. Tiếng phản lực cơ xa dần qua bên kia đèo Hải Vân, hướng về phương bắc để trút bom xuống xóm làng, phố thị. Xe nhà binh chuyển bánh, cuộc hành quân về hướng ngoại ô. Đêm quê nhà đã rất tối tăm, bị chiếm đoạt bởi những hoang mị, hủy diệt.

Hôm sau Tư lên xe vào Nam. Đến Qui Nhơn trời vừa tối. Nhìn núi Tây trùng trùng hoàng hôn Tư muốn khóc. Buồn hơn cả thuở xưa xa, thời đệ nhị thế chiến, khi được quân đội Pháp đưa tới vùng biên giới xa lạ trong chiến tranh Pháp Đức. Hồi ấy chú là tên lính, mang danh lính-thợ-da-vàng, đi góp máu trong thân phận con dân xứ thuộc địa, phục vụ vì Đất Mẹ da trắng.

**

Sàigòn. Tư khăn gói vào trọ tại nhà một người quen biết tại Ngã tư Bảy Hiền. Lại tủi thân một lần nữa. Những người bà con xứ Quảng đã khôn ngoan rời quê hương sớm, bây giờ đã có cơ ngơi, ai nấy giàu có. Hàng khung cửi dệt vải máy chạy lanh canh, rộn rã suốt ngày cũng là một thứ ngôn ngữ mỉa mai sự lạc loài muộn màng của chú. Buổi trưa cùng một người bạn ra quán cóc ngồi uống chai la de, Tư nổi khùng chửi đổng:

"Đ.m. hồi kia hay vầy tao ở bên Pháp. Biết số phận đi đâu cũng làm phu phen thà tao làm phu phen trên bến tàu xa lắc. Ở bên đó tao kham không nổi cái nhìn kẻ cả của tụi da trắng, tao mới về. Con tàu há mõm nhả tao ra ở bờ biển Đà Nẵng. Hồi này cách mạng thành công. Tao nắm nắm tay đưa lên ngang mái đầu chào cái chào Kách mệnh. Nhưng rồi đâu có được sống trọn vẹn. Số phận là cái hột súc sắc bụm tay đổ loong coong trong canh bạc. Bây giờ thấy rõ tao là kẻ ngoại lai. Đi đâu bây giờ. Tao chỉ là một tên cu ly trên năm mươi tuổi đầu."

Tư làm thợ hồ. Từ đấy có cái tên Tư thợ hồ thay cho tên cúng cơm Tư Bằng. Tư không chú trọng đến cái danh xưng. Chú nói, người ta là vĩ nhân, là văn nhân, thi sĩ mới chọn một cái tên rồi giữ gìn tên tuổi. Mình vô danh, gọi gì chả được. Có khi mất cái tên là mất bớt đi một nỗi tủi nhục.

Tư cũng lịch sự, thông thạo nhiều thứ lắm, bởi đã từng sống bên Tây mấy năm. Chú kể, thuở lưu lạc có một con đầm mê chú. Đấy là một con đầm lùn có phần điếc lác. Nằm chung với mụ đầm, chú như mắc kẹt giữa một bị thịt. Bây giờ ngồi trong quán cóc Bảy Hiền, Tư hãy còn nghe phảng phất mùi con đầm lùn điếc chen lẫn cái mùi bò Iris. Chỉ khác, là mùi một con vật nữ trần truồng trên giường ngủ với mùi một con vật chết trần trụi chỗ đầm lầy.

**

Mùi thịt và màu dĩ vãng là hai ám ảnh đeo đẳng Tư thợ hồ. Ngày làm ăn vất vả, đêm quái mị, hình ảnh hai người vợ, qua hai thời kỳ, lại hiện ra. Con đầm lùn có lần bị rượt đánh nằm sòng sượt, hai đùi vế trắng nõn, trên bến tàu vì tội trộm cắp. Cũng là một thây ma còn thở trong đáy cùng mạt rệp xã hội. Lại hiện ra trong mơ mị của Tư người vợ quê nhà thiếu quan quách… Trời nắng trong, trời kim tuyến Iris. Nàng trong chiếu bó, lướt thướt, bay bổng. Láng nhẫy cái chết trôi. Lầy nhầy bùn nước, như kem thoa mặt thoa tay. Hai con mắt chết trôi như hai con ốc ngâm lâu ngày trong bùn… Tư lại mơ thấy người em trai chết trận trên đồi mộ cỏ may đất khô trắng màu sữa. Một nghìn chín trăm bốn sáu Pháp trở lại Đông Dương, một chín bốn bảy, người em trai vác xẻng cuốc đi đào đường tiêu thổ kháng chiến. Nắng cháy bãi cát khô dài hàng trăm cây số, như một cái sa mạc nhỏ địa đầu xứ Quảng. Một vùng đất mẹ còm cõi tình nguyện sống với nước non. Người em trai theo đoàn người hát vang tiếng hát, bị máy bay Pháp bắn chết, cái xác nằm ngon lành trên một vũng máu tươi… Tư thấy hết, mơ suốt dài trong lòng bóng tối… Lại nghe âm vang la hoảng kêu cứu dưới gầm cầu nước lũ. Người cùng súc vật bị cuốn đi, trôi từ tốn, nhẹ nhàng như những cành khô. Những ghe mành nát tan khi Iris gầm thét…

Nửa khuya, Tư thợ hồ đứng sau hè nhà nhìn lên bầu trời Sàigòn. Ánh đèn nhấp nhô những lửa ma hoang. Chú ngậm ngùi khôn xiết. Xa lạ, biến đổi, lùi xa trong mơ hoặc. Dịch chuyển từ vực sâu hôm kia lên đỉnh trơ hôm nay. Tư nhận ra một điều:

Sàigòn không phải là nơi dung thân của chú. Sàigòn cháy. Oái ăm thay, chú tìm đến Sàigòn trong khẩn thiết, một cần thiết nương tựa; không là tình cờ đi qua. Sàigòn, của chia rẽ, xuống cấp, của bao mầm đau số phận chinh chiến. Sàigòn cơn bụi của rã tan tro tàn."

**

Một đêm, cái cảm giác phiêu dạt tới rợn người, giục giã Tư thợ hồ quy cố hương. Chú biết, việc quy hồi lúc này không là việc dễ dàng. Quê nhà cũng như cuộc đời chú: đi từ kiệt quệ này tới sụp đổ kia, từ lẻ loi buồn tẻ đến hoang tàn.

Tư lên Viện Hoá Đạo thăm đứa con mấy năm trước được các nhà sư mang vào nuôi dưỡng. Qua Thị Nghè thăm người bà con. Nghe hỏi:

"Về để mà chết hà? Máu lửa tràn lan."

"Thà chết cũng cam."

"Chết là ra đất. Vậy thì thành bụi đất phương nào chả được, há phải về quê?"

IV

Máy bay bay vào địa phận Trung Việt. Trời mù trắng những mây. Trường Sơn núi liền núi. Tư muốn được chết. Mong máy bay bị pháo cao xạ trong lòng núi bắn nổ tung. Vì chút gì che chắn mà xưa kia ta sống sót trong cuộc thế chiến thứ hai, dưới gót giày tàn bạo của thần tử?

Sau cùng Tư cũng đã đặt bước chân tần ngần lên con đường dẫn về nơi tuổi nhỏ. Đó là một tỉnh lộ băng ngang qua con đường xuyên Việt, khởi đầu từ một làng cát biển, hướng về miệt nguồn. *// Ai về nhắn với nậu nguồn / Mít non gởi xuống cá chuồn gởi lên. //* Xa xa một cái xóm nhỏ. Làng xưa đây. Một màu xanh héo của cây lá pha vàng, tương phản với khoảng cát trắng bao quanh.

**

Tư không còn nhận ra người quen biết ở Gò Đậu. Quân viễn chinh đã có mặt cùng khắp, dựng đồn lũy. Con đường máu trong núi rừng đã mở ra tới tận đồng bằng, vào trong lòng thành phố. Quân Kháng chiến giờ đây không còn phục kích với những trái nổ lẻ loi, những trận đánh nhỏ cỡ tiểu đội. Mà là những trận chiến cỡ sư đoàn. Gò Đậu đã là cái bãi thử lửa. Máy bay đã thả hàng trăm tấn bom để tàn phá một khoảng núi rừng bên dưới sâu trong đất, là người.

Tìm kiếm cho ra dấu vết xưa quả là không dễ dàng, nhưng Tư đang cố tìm.

Làng trên đã là căn cứ lính ngoại quốc. Xóm dưới quần một bầy xe tăng. Xe ủi đất nằm chờ sớm mai ủi nốt những rừng thưa còn lại. Rừng đồi bạch hóa. Nơi đầu cầu, bọn lính nước ngoài có trắng có đen đứng gác. Không còn dấu vết cái lô cốt nhỏ nhoi từng nổi trôi trong mùa lũ Iris. Mà là một đồn lũy mênh mông kẽm gai, rào, mìn, trại lính. Cái đình làng còn lại một đống gạch vụn.

Tư nhớ con Xìn quá đỗi. Nhớ cái miệng thiếu nữ mười lăm gặm hạnh phúc là những lát thịt bò chết vừa trụng qua một lớp nước sôi.

**

Đời đổi thay do nhu cầu có mặt đám lính viễn chinh. Rất tạm bợ. Nhưng vô cùng nhộn nhịp. Quán cà phê, tiệm rượu, nhà hàng gái đĩ, tiệm giặt ủi. Bọn lính trắng đen nâu vàng đi lại xí lô xí là. Súng ống đầy người. Bầy gái quê ăn vận đơn sơ trong co ro quang gánh. Bọn gái thị thành đến đây vơ vét thời cơ, hở ngực phành mông.

Ngồi trên nền nhà thờ xưa trụi trơ. Chiều lung nắng. Tư khóc. Ngọn đồi nhỏ, nơi an nghỉ của tổ tiên, không còn một mộ bia, không phảng phất một dấu tích nào hương khói xưa. Đầy dấu xích xe tăng xe ủi đất. Người ta đã ủi sạch những mả mồ cây trái để tạo quãng trống, ngăn chặn những cuộc chuyển quân của bên kia.

Trên con sông quê, chỉ lẻ loi vài chiếc đò ngang được lệnh phải cập ngay vào bến. Lính viễn chinh kiểm soát từng người, trong đám thôn dân. Sau cuộc kiểm soát, một đôi người tình nghi bị bắt, bị đưa về đồn. Ít khi thấy họ trở ra từ đồn lũy.

Tư lại hoảng loạn. Muốn đón xe trở về Đà Nẵng. Muộn rồi. Đêm đen.

Những loạt súng sắc lạnh nổ vang. Tư bị một toán lính chặn lại xét hỏi. Chúng ném Tư lên xe chở về đồn. Sáng hôm sau, tại phòng an ninh Tư phải cung khai lý lịch. Lúc sẩm tối, khi ngang qua khoảng sân sau của doanh trại, tình cờ Tư nhận ra một khuôn mặt quen quen. Ôi, con Xìn. Tư kinh ngạc. Vì sao Xìn có mặt trong cái chốn hổ mang này. Mà sao Xìn đẫy đà, đẹp ra một cách lạ lùng.

Cô Xìn chợt thấy Tư, ngỡ ngàng một thoáng, rồi nhận ra người thân yêu, cô khóc òa. Cô ôm ngang hông người chú già nua, dắt chú vào phòng.

Phòng cư trú quân nhân là một căn hầm cá nhân được thiết lập kiên cố dành cho mỗi sĩ quan, từ đại úy trở lên. Chung quanh có hàng bao cát chất kín. Có một cửa lớn, vừa một người lọt qua, để ra vào. Một cửa nhỏ là lỗ châu mai. Đêm ấy trời trăng. Qua lỗ châu mai, mờ ảo những hàng kẽm gai chằng chịt, màu vàng trăng chen một trời sương buồn tẻ.

Xa nhau quá lâu. Bao là dâu bể. Cô cháu gái, bụng mang một cái thai đã nặng nề, cứ khóc tấm tức. Cô Xìn tâm sự bao la chuyện đời. Cô kể:

"Chú ôi, hôm ấy làm sao mà súng nổ nhiều quá, làm sao mà khói lửa thiêu đốt không chừa một cái gì, đốt ngay cả thịt da trẻ em. Cuộc đụng độ xảy ra từ hai giờ đêm hôm trước tới nửa buổi sáng hôm sau giữa lính viễn chinh và quân bên kia. Mờ sáng, đã thấy xác người rách nát, máu đỏ con đường bụi. Cháu cùng đám đông chạy lên đường cái quan thì gặp một đoàn xe tăng Mỹ. Một đám bà con hoảng loạn chạy ngược về xóm thì đụng phải một giàn súng cối và nhiều toán quân nón cối, ngụy trang cây lá đầy người. Máy bay từng đàn bay đến thả bom lửa tràn ngập. Cháu té sấp trên bờ mương nước. Sau đó bị lùa cùng rất đông thường dân vào trong cái đồn xa lạ này đây."

Tư hỏi:

"Nhưng làm sao cháu không bị bắn bị tù, mà lại ở tình trạng này. Chú thấy cháu có vẻ sung túc, đẹp đẽ ra là nghĩa làm sao?

"Chú ôi chuyện còn dài lắm. Một gái quê như cháu mà ôm ngủ với một người ngoại quốc. Cái bụng này, cái thai này, rồi cũng cho ra đời một đứa con lai. Nó là một nửa máu nửa thịt của cháu chú ôi."

Xìn nghe một tiếng thở dài của người chú già nua, cô buồn bã tiếp:

"Thế này, hôm ấy cháu được đưa về đồn. Một ông Đại úy viễn chinh xét hỏi mọi người. Tới phiên cháu thì ông tách riêng ra. Buổi tối, ông đưa cháu vào phòng, cái phòng ôn dịch này đây, ông bảo ông thích cháu, bảo lãnh cho cháu. Chú ôi, cháu phải làm sao? Ông nâng niu chìu chuộng cháu lắm. Ông viễn chinh bảo khi nào giải ngũ ông sẽ đem cháu ra đi, và là vợ suốt đời. Cháu rất cảm cái ơn cứu tử của ông viễn chinh. Nhưng thấy kỳ kỳ. Mà cháu… sợ quá."

"Sợ cái gì?

"Sợ nhiều thứ lắm. Sợ ngay cái thai đang nằm trong bụng. Sợ cả cái mơ thấy trong giấc ngủ."

"Bình tĩnh nào cháu."

"Cháu đã man rợ rồi chú ôi…"

**

Cô Xìn kể lể. Rồi cô nức nở. Cô ôm siết người chú ốm o tội nghiệp. Như ôm một cái phao cứu rỗi. Như ôm một thân tộc mả mồ đã trôi giạt lênh đênh.

Cả hai chú cháu lúc đó cùng ngồi trên chiếc giường đệm của Đại úy viễn chinh. Tư bàng hoàng chưa biết nói năng ra làm sao. Thế nào mà giải được cái tình thế oái ăm, mà chênh vênh, mà tuyệt bất ngờ.

Trăng vẫn rơ rỡ ngoài bãi hoang. Cỏ úa quấn quanh những hàng kẽm gai đen rỉ. Một vài đám sáng hỏa châu về khuya trôi minh mang, lờ đờ trong trời bạc. Một trời quê hương đang bị đoạt hồn.

Bỗng ông sĩ quan viễn chinh xuất hiện ngay bậc cửa. Cô gái thả người chú ra, và nói:

"Chồng cháu đó. Anh không biết nói tiếng Việt."

Giọng cô khá nhẹ nhàng, thân ái. Nhưng liền đó, người viễn chinh nhấc ngang mũi súng, khuôn mặt lạnh lùng. Và, một loạt đạn nổ dòn. Nổ thẳng vào người cô gái và người chú già nua…

Căn cứ Trảng Lớn, Tây Ninh 1969

BUỒNG TRỨNG

Thần nữ của mùa Xuân.

Đầu năm 1965, tại Miền Nam là chấm dứt thời kỳ cố vấn Mỹ ít ỏi, chỉ lai rai, lác đác ở một số cơ quan hành chính và các đơn vị quân đội, để bắt đầu một cơn hồng thủy trào lộng, tràn ngập lính Mỹ khắp Miền Nam Việt Nam.

Đây cũng là cái cớ để Đàng Ngoài tạo mênh mông khói lửa thương tật hoạn nạn chết chóc ly biệt nhau, cho Đàng Trong.

Quân Đỏ nhiều thì quân trắng Mỹ phải lênh đênh Thái Bình Dương tràn lên bờ biển quê ta, sao cho nhiều, súng đạn bom mìn Đồng minh càng tăng gấp bội.

Quốc tế âm mưu đã dạy rõ. Đồng ruộng nhiều sâu rầy, ta dùng nhiều thuốc trừ sâu. Đồng ruộng thừa thuốc trừ sâu, thay vì giảm thuốc, ta cần thiết tăng thêm... sâu rầy. Để giải quyết số thuốc thừa. Hai thứ này luôn phải cân bằng để lai rai xài nhau. Ấy là cái sân khấu trình diễn. Thực tế trào máu họng, luôn được phủ mịn màng tư tưởng cỏ xanh. "Chúng tao tạo ra súng đạn, tàu bay xe tăng, lung tung thứ, để tế cha chúng tao hà?"

Bãi biển đầy da trắng, đèo cao ngập lính đỏ. Bên xài bom đạn như mưa, bên xài xác thân người như củi.

Binh đoàn chiến đấu đầu tiên của Mỹ đổ bộ vào bãi Non Nước, Đà Nẵng. Về sau là thêm vô biên đơn vị của mọi sắc lính, mọi sắc da trắng đen vàng, Thái Lan, Đại Hàn, Phi Luật Tân, Úc, Tân Tây Lan. Khắp nơi trại lính, đồn bót, bãi mìn, sân bay.

Có những nơi số súng nhiều hơn số dân cư ngụ. Số đạn bom mìn thì không đếm xuể, chấp dân số Việt Nam vài chục lần. Đầu một anh An Nam đội vài trái bom có dư. Có những con người chết queo, số đạn ghim vào người nhiều hơn số xương sườn xương cụt.

Xe chuyên chở nhà binh, xe tăng, xe pháo, xe vận tải bốn bánh, sáu bánh, tám bánh, thậm chí mười bánh, mười bốn bánh, tổng số xe cộng lại là nhiều hơn bất cứ loại xe dân sự nào.

Tổng số lính ngoại quốc, lính Việt Nam, gồm chính quy, bán chính quy, bán quân sự… vân vân, là nhiều hơn số sinh viên học sinh đang cắp sách tới trường, là gấp chục lần số phụ nữ đang có bầu, so sánh cùng thời điểm.

Chết rất hăng hái, mà làm tình sợ có con.

Hiện tình lại mong các bà mẹ đẻ ra cho đủ tay chân mình mẩy tốt tươi, để điền vào số đã toi mạng bởi nhiều lý do vì chinh chiến.

Tài liệu thống kê hiện hình Việt Nam trên đây là của bọn điên cung cấp, như tác giả người Cõi trên này chẳng hạn. Có thể thiếu chính xác một trăm phần trăm. Đọc cho vui, không nên nhặt ra làm tài liệu nghiên cứu về chiến tranh Việt Nam, hoặc mang ra giảng dạy tại các học đường.

**

Nói về điên cũng là một cách bàn về cái thời cuộc chẳng mấy bình thường lúc này.

Hồng, cô gái khi tỉnh khi điên. Một thời, nàng luôn quanh quẩn gần một trại lính viễn chinh. Có nhan sắc, có lần Hồng bị bọn bên kia trái đất cưỡng hiếp.

Có cái lòng thương của trời đất luôn bảo vệ sinh linh trong tận cùng bọn nữ, bọn mặt trăng ấy. *Hễ là khi không may* rơi tỏm vào chỗ điên, điên chuyên nghiệp hoặc điên tài tử, điên trọn đời hay điên theo thời vụ, *người nữ ấy thường là khó thể thụ thai.*

Mà lỡ khi bị mang bầu thì hết điên một thời gian. Bọn vi trùng, vi rút mầm bệnh điên biết điều rút lui, nhường trận địa cho tinh trùng hồ hởi phát triển. Đẻ con rồi, thì trở về bệnh cũ, điên lại.

Tử cung là cái âm vực nhiều huyền nghĩa, cực tôn nghiêm bí ẩn, nơi thay Trời và Đất để sản-suất, rồi đóng gói bao bì, in ngoài màu sắc, có tên gọi món gì, để một-thằng-người" vào đời, như anh và tôi, em và chị, như ông tổ tông trước kia, và những bà ông nghìn sau.

Nhưng Hồng điên là ngoại lệ, có bầu một cách âm u. Uể oải màu nắng của bão sót. Hôm lâm bồn nàng đẻ con trong một chùa sư nữ. Chiều đó, nàng mệt và đói quá, vào chùa ăn nhờ bữa cơm chay, tráng miệng một trái chuối. Để. Tặng lại chùa đứa con máu đỏ. Các nữ tu nuôi đứa con của lính viễn chinh Mỹ.

**

Hồng lại lang thang bên hàng kẽm gai. Thuở này, quân viễn chinh lông lá trú đóng bên trong đồn lũy, bọn cuồng não thất chí dân bản địa quanh quẩn bên ngoài.

Một thời gian dài Hồng may mắn tỉnh trí. Trò chuyện cùng cô Hồng-tỉnh ta thấy đời buồn đau hơn khi nhìn cô Hồng-điên. Cô có viết nhật ký.

Chung chung, dù tỉnh hay điên, mặt trăng tròn vạnh này đôi khi là tấn kịch đời oan khiên tơi tả, khác chi một vùng quê nhà ngói tranh, đàn bà em bé gà con trâu nghé thầy chùa cha cố, ông già chống gậy lẫn người què chống nạng, luôn và đều, bị đạn bom siêng năng cán qua cày lại. *Bụi chuối không chốn nương thân.*

**

Để hiểu đoạn nhật ký, xin nói rõ một chút về khúc trước trong đời cô Hồng. Ông nội là quan tri phủ, ông ngoại là quan bố chánh. Bố của cô là một tay hào hoa, nhiều vợ, vô số đào nương.

Mẹ của Hồng là bà vợ chánh thất, đoan trang, thuần hậu. Bà sinh ra Hồng, đứa con thứ hai, hoàn toàn lai da trắng. Mũi cao, tóc pha nâu, đôi mắt đằm đằm mơ hoặc. Hồi này thời thuộc địa, hãy còn rất nhiều các binh lính, sĩ quan, quan lại hành chính người Pháp.

Bà con họ hàng đều ngỡ ngàng, rất đỗi kinh ngạc về sự vụ mẹ cha vàng, trong một gia tộc giềng mối, lại phọt ra một hài nhi trắng nõn này. Mẹ cô tuyệt đối không giải thích một điều gì. Do một tai nạn? Hay chính bà ngoại tình? Bí mật này giữ kín cho tới lúc giai nhân qua đời.

Với Hồng, Cha/Bố mà cô đang gọi chỉ là người bao bì dán nhãn hiệu đời cô. Nguyên liệu chính để sản xuất ra cô là một người tới nay cô chưa hề biết mặt, biết tên.

Vài đoạn nhật ký của Hồng.

Cuộc đời của em khá lung tung. Có một thời em có một người yêu luôn triết lý. Rồi em bị ảnh hưởng, cũng nói năng ghi chép loạn xạ rất ra trò.

Có thể em cũng đã rất lớn tuổi. Có thể tôi còn trong bực thềm thứ nhất từ địa ngục kể lên. Hãy còn một bề dày tối tăm để trở về mặt đất, nơi có thể quỳ hai gối xin một suất lên thiên đàng.

Nhiều năm ly biệt, một đêm em mơ thấy bố em, bố Việt Nam ấy. Chẳng phải ông Tây nào. Một cụ già da vàng pha mốc, bên bàn đèn. Mùi á phiện làm mối mọt trên trần gác cũng ngây ngây. Chúng thò đầu ra ngửi. Cụ già yên lặng, nhả khói. Làn khói nhạt không nhìn ra khói, buồn phiền thơ thẩn bay… một ngày dài trong sinh hoạt, một đời dài trên quê hương, sau những đổi mùa, bao la mưu toan, hôm nay cái thân mòn mỏi này đã lên rêu.

Bố em sống trong một căn gác nhỏ. Chắc là gia sản đã khánh kiệt. Chắc hẳn các con ông đã bỏ ông… Rồi trong cơn mơ của em, bố trôi, nước rộng, cùng lục bình trôi.

Rồi cha/bố em bỗng nhả cái ống thuốc phiện, nói với em, mở âm thanh tua tủa những muộn phiền:

"Này con, đứa con lưu lạc, con đủ can đảm giết Ta không? Cha đây. Con ạ, hãy giết Ta đi. Bằng cách nào cũng được. Miễn chết. Có thể một bữa ăn có thuốc độc, thì tốt cho cha".

Em ra chợ Mơ. Ngôi chợ huyện hoặc như một ánh sao.

Nơi xứ thần tiên này các cửa hàng bán buôn luôn có nhiều thứ giết người.

Có lần anh người yêu triết học của em nói:

- Con người nơi đây hằng có niềm tin, rằng, thì là "Giết đi một người là cứu rỗi một người. Là đem người từ cõi sống đau, sống dở, sống cho có sống, về Nơi-cái-chết-hoàn-thiện".

Anh người yêu triết học của tôi có lần cũng nói:

"Trong đất nước nghìn trùng trìu mến này, có đủ các phương tiện, các nhãn hiệu, các món đặc sản giết người. Chết cái rẹt. Hoặc chết dần dà trong say đắm. Đầy rẫy cửa hàng tư tưởng, shop đạo lý, tiệm thời trang chủ thuyết, nhà hàng văn minh tân cổ, cung cấp cho nhân gian những phương tiện, giải pháp chết chậm chậm, nhâm nhi.

Em chọn mua thuốc chuột. Món này nó có tấm lòng riêng, rõ ràng và trung thực hơn. Chơi vào là nghẻo ngay tức thì. Không gây sự chết chóc ngấm ngầm cho cha em. Không mùi hương quyến rũ lâu dài, để về sau ân hận, phản tỉnh. Lưng còng, tóc bạc, tay run, mắt mờ, ngồi viết bao trang sách tả oán cái chết-thanh-xuân của mình.

Thuốc chuột mang về. Em hỏi cha, "Cha có can đảm uống độc một thứ này? Hay con phải trộn vào một món ngon hấp dẫn như ở nhà hàng, cho cha dễ nuốt?"

Cha bảo, "Mọi sự tình là do con định liệu. Cha không còn ý chí cho một lựa chọn nào."

Anh người yêu triết học hay triết gì của em cũng nói, em nhập tâm rồi:

"Ấy là vào cái thời quanh đây ai cũng giàu mộng mơ. Một xã hội nhiều nguyện ước dàn ngang đi tới tương lai. Ấy là cái thời những khối thuốc nổ, những kho bom mìn sẽ được dùng ngay, thanh toán cho xong để mọi người còn nuôi hy vọng, lại tràn đầy ước mơ".

Người ấy có phải là cha tôi? Hay giả dụ là bố tôi. Hay có một kẻ là cha mà tôi không hề biết mặt gọi tên. Một kẻ da trắng, khác chủng.

Có thể em đã già rồi anh ạ. Mấy mươi năm gió nổi mưa chìm. Em tinh ma đội lốt một con bé bên hàng kẽm gai. Mỹ nhân với anh hùng mà. Thôi im đi con khỉ đột, tao cởi quần đập vào mặt mày bây giờ.

... Mọi thứ lại bắt đầu nát nắm, như đây là một phác thảo, một dạng truyện, một cái bào-thai-mang-thử, chưa có đường chỉ xuyên suốt.

Rồi trong cơn mơ, bố trôi, nước rộng, cùng lục bình trôi.

GIA SẢN DƯỚI ÁNH TRĂNG

1

Nhiều đêm không ngủ, nằm hoang trống trong bóng đêm, lòng buồn nhớ nổi trôi. Lá trong vườn cũ, cỏ may quanh bia mộ, nhớ ngọn gió đầu mùa gợi cho ta cái khang khác chờ mong một đổi mùa, nhớ đôi mắt một người điên, nhớ chuột.

Thay vì dùng cái bẫy chuột cồng kềnh, lại tốn công lắp miếng mồi, ngày nay người dùng tấm *keo dính chuột*, để giết chuột.

Tôi từng ngồi rất lâu một sớm mai nhìn con chuột vùng vẫy trên tấm keo dính chuột, lúc nó còn sức vẫy vùng. Bi kịch ấy không quá một ngày, nhưng cực là dằn dai, đúng điệu nghệ của cách tạ từ.

Buổi trưa, con chuột yếu dần, nó nằm im, hai con mắt tội nghiệp nhìn tôi, mong cứu rỗi. Không có gì chứa chan sự tuyệt vọng lẫn hy vọng bằng đôi mắt chuột này.

Qua xế chiều, đôi mắt hết mong chờ, đã nhắm tít, đã từa tựa một xác chết. Chọc cây que xem thử, còn thở. Kéo dài một cái chết chậm. Tối đến, là phải tính sổ. Con chuột còn thoi thóp thở cũng đành gói lại, cho vào thùng rác. Ấy là Bóng Đêm chan hòa, hầm rác là tụ họp mọi nẻo đời.

Trước khi gói cái thi thể còn thoi thóp tôi nhìn bên cạnh nó, trên tấm keo dính chuột có một cái chân của một con chuột khác.

Vậy, không phải con chuột nào cũng "đầu hàng" cái mùi hương ma mị từ tấm keo dính chuột. Nhưng con chuột thoát chết kia phải để lại một cái chân bị đứt lìa.

2

Phải nhiều năm lưu lạc tôi mới có dịp gặp lại Phiêu Thiền, người có hai con vật đáng nhớ là Đốm và Ung.

Chúng tôi đã không còn tuổi trẻ. Đã tóc mây trắng, răng song cửa. Tâm ý chập chùng những nghi hoặc, tiêu dênh cái lưu linh mộng tưởng một thời, mất cái điên, cái liều, mất sự vô tâm trước hiểm nguy chết sống một thời. Tất cả chỉ là ngập ngừng, là đọng lại một lớp cặn thời gian.

Sống lâu trên cõi đời, sở hữu một lớp bùn khô chỗ đáy não, những âm hưởng xa xăm, ta cứ tưởng đó là kinh nghiệm đời, là cao lương trí tuệ, đã đạt cái đạo an nhiên; lầm cả thôi, đó chỉ là một chỉ dấu cáo biệt, rằng ta không còn cái lưỡi lương thiện và cái lòng chân thành, mất đâu rồi cái sức nóng trẻ trung đó thôi.

Chào biệt quê hương, tấm keo dính chuột. Rất quần

quại, đắng cay, rất mấy mùa vùng vẫy vẫn dính chặt vào lớp keo ấy.

Quê hương là cái bẫy. Còn đôi chân đi trong ấy mới hiểu ra tình quê hương, nghĩa đồng bào, ơn huệ tổ tiên, dù đôi khi ta vẫn thấy trong mỗi nắng mưa là mỗi vết thương chan hòa.

Quê hương, keo dính chuột.
Quê hương, cái bẫy nồng nàn.

Đẹp biết bao mà cũng buồn xiết bao trong mù mưa một bầy cò trắng trên dòng nước bạc. Chúng cũng như chúng tôi, đứng yên chờ dòng nước trôi. Lại như, một đám cò mồi chờ cháy, do người nhà nông làm bằng rơm cỏ, trên ruộng đồng cuối mùa.

Nghe trong gió tương lai, mỗi tre trúc còn mỗi linh hồn xanh biếc. Sẽ còn nhiều cánh rừng mai sau, trong ấy hươu nai thảnh thơi. Trong những mai sau, có thể tuổi thanh xuân được trong lành. Sẽ còn gió trong những chiều em đến… Những chiều dòng nước bạc đã trôi qua thân cò.

3

Phiêu Thiền lúc này có thêm một *"Kỷ vật của chiến tranh"*. Đó là một hài nhi dị dạng, hậu quả từ thuốc khai quang của quân đội Mỹ.

Kỷ vật không là phẩm vật ngoại lai. Nó được chào đời ngay tại Đất nước tôi. Là máu tủy Việt Nam. *"Đánh đuổi ngoại xâm, quét sạch quân thù"*, nhưng nơi đây không thể đuổi khỏi quê nhà một loại *"quân thù"* cốt căn, đó là "Sự tàn tật".

**

Dưới ánh trăng, *Kỷ vật* được người mẹ vừa ngoài hai mươi bồng ẫm, đùa chơi. Mẹ đẹp như trăng. Tên cô là Mành Mành. Mành bận áo trắng, mái tóc đen quá dài, như cái lưới quấn lấy đứa con xanh mướt trong ánh trăng. Mành cười. Nụ cười thường thấy trên khuôn mặt một nạn nhân, trót cưu mang nỗi đau đời làm niềm vui thường hằng cho riêng mình.

Mẹ muốn con vui bằng cách dùng hai tay dồi đứa con lên cao một chút, như ta dồi trái banh. Rồi túm gọn khi *dị dạng* rơi xuống. Mẹ lại cười. Nụ cười trắng và mỏng, có cái lạnh căm của sự bất thường. Âm thanh như bầy rắn bò/bay, len lỏi trong không gian đầy ánh trăng óng vàng. Rồi mẹ Mành Mành bồng ngửa, chìa khuôn mặt hài nhi dị dạng về phía ánh trăng. *Này trăng, xem này. Này trăng, con thỏ ngọc của trăng này…*

4

Mành Mành ẫm chặt con trước ngực, ngồi thềm nhà nhìn lung trong đêm. Đêm miền Nam nhiều gió, thiếu sương mù. Sân trước nhà nền gạch, chen lẫn bóng cây. Mẹ trải một tấm chiếu hoa. Mẹ tập "*Kỷ vật*" bò. Gần hai tuổi chưa biết bò. Có thể tới năm bảy tuổi đứa bé chưa thể phát âm để gọi "Cha, cha ơi".

Kỷ vật bắt đầu bò bằng hai cánh tay yếu đuối, xiêu vẹo dưới ánh trăng. Thoạt trông như hình một con cua trắng nõn bò ngang, vì hai bắp đùi em nằm ngang chỉa ra hai bên hông, thẳng góc với thân mình. Đôi chân dị tật. Khớp háng với xương đùi liền một cái xương hình góc vuông, không có khớp, nên đùi không thể di động xuống lên ra vào. Chỉ cử động được là từ khớp đầu gối trở xuống bàn chân. Hai đùi vế chỉa ngang, mỗi lần trong đêm muốn ẵm con, mẹ phải nằm ngửa đặt úp con lên bụng. Nằm ôm con như thường lệ, đầu gối *Kỷ vật* thọc thẳng vào bụng mẹ.

Xưởng máy của Nhựt Bổn chế ra những robo kỳ diệu, xưởng hóa học của người Huê Kỳ chế ra những hài nhi dị dạng bậc thầy.

Khoa học Mỹ tạo ra những "tinh trùng bột", từ máy bay rải xuống quê hương này, sinh ra *"Một Sinh vật, biểu hiện hình hài của Sự Sống trên nhiều Nỗi Đau, song hành cùng Nỗi Chết"*.

Sự quằn quại này, được hiểu, sự Hiểu nằm ngoài đạo lý, là *"Nó nằm ngoài trách nhiệm của người Mỹ"*. Sự tàn tật này không được ghi trong sổ tay lịch sử về Hạnh phúc thời Hòa bình.

5

Dưới ánh trăng một đêm trời miền Nam trong vắt, một màu vàng trong suốt mông lung, một lần nữa mẹ cố tập con bò.

Mẹ ngồi đằng đầu, tóc mẹ đen dài, mẹ đẹp lắm nghe con, hai bàn tay mẹ vỗ nhẹ vào nhau, như nhịp hát. Mẹ rất hy vọng đứa con hai tuổi di chuyển chừng được... *"một vài tấc đất trên quê hương"*, là mẹ mừng vui. Con của tôi không thể là cái điểm cố định, bất động, nơi quy tụ những chia sẻ xót đau từ tứ phương tụ gom về. Con của tôi không thể là đề tài để kêu gọi lương tri con người.

Kỷ vật nhìn mẹ, cười. Hai bờ môi em thay vì đỏ màu son non trẻ lại bạc thết, úa tàn, màu của những bờ cỏ rừng cây chết đứng dưới trời sau mùa thuốc khai quang, thời chinh chiến, của/ từ lực lượng Không quân Mỹ. *Một cõi đất quê nhà, tới đá, nước, sỏi bụi cũng đổi màu, con cá con tôm, sò hến cũng đồng loạt mất máu. Con tinh trùng sâu trong xương tủy con người cũng biến ra dị dạng.*

Kỷ vật nghẹo đầu cố nhìn trăng. Hai bờ môi em chênh chếch, so với chiều thẳng của cần cổ. Một khóe miệng dưới vành tai bên này, lệch với một khóe kia trên vành tai bên kia. Nếu em không cười, sẽ ít khổ sở hơn, vì không phải tự hành hạ khuôn mặt của mình. Nếu em biến ngay ra một cái tượng đá/gỗ/đồng/ximăng/thạch cao, ta có thể trân trọng đặt em trong viện bảo tàng.

Kỷ vật cố trườn bò. Chỉ vài cử động là đuối sức. Em nằm úp trên nền hoa văn xanh đỏ của chiếc chiếu hoa. Dưới ánh vàng mơ hoặc, một cái đầu xiêu vẹo, hai cánh tay sãi dài bất động, hai cái đùi chĩa ngang, em như một cái ngôi sao năm cánh không đều đặn. Nếu em có thêm một cái đuôi cụt, là rất giống một cái ngôi sao sáu cánh, được chia đều dưới ánh trăng.

6

Ở góc vườn trăng có một gốc cây khô, cỡ ba bốn người ngồi trên đó còn rộng rãi. Lúc *Kỷ vật* dị dạng tập bò, có một cô gái – là Manh Manh, em gái Mành Mành – tới ngồi trên gốc cây khô, nhìn thảm kịch.

Từ ngày dời nhà về nơi này, trong khu đất rộng hãy còn một cổ thụ chừng hơn trăm tuổi. Lúc đầu Phiêu Thiền lấy làm thú vị vì trong vườn nhà đầy bóng mát. Về sau trong nhà có nhiều chuyện lạ lùng, cổ quái xảy ra, chó sủa ra tiếng lục lạc ngựa, sủa tiếng quạ báo tử trong đêm khuya, chó thổi ra tiếng kèn du dương giống hệt tiếng kèn đồng. Phiêu Thiền đâm nghi ngờ cây cao bóng cả.

Dưới gốc đa kia, Phiêu Thiền nghĩ rằng xưa kia, cái thời ông còn bé, nhân gian còn thơ dại, người thôn quê thường mang những ông-táo-bình-vôi-hưu-trí đặt dưới gốc thay vì ném chúng đi, bà con có thể lập cái am thờ, đèn nhang cúng vái. Âm binh tụ hội. Trong cõi âm u có lắm điều thánh thần yếu thế hơn quỷ ma. Những thánh thiện của lời dạy đạo lý thường không ép phê bằng con dao tổ chảng nhứ nhứ chỗ cái mỏ ác, *Tao phụp mày*.

Phiêu Thiền nhờ người đốn bỏ cây. Gốc để lại trong vườn, vì Phiêu Thiền thấy gốc rễ tạo hình như một tượng mỹ thuật.

**

Lúc *Kỷ vật* được mẹ vỗ nhịp cổ động, *gắng lên nào, con thỏ ngọc của mẹ,* thì cô Manh Manh tay đang cầm một nắm nhang cháy đỏ, ngồi gốc cây khô. Những đóm nhang dưới trăng lập lòe, làn khói bay vẩn vơ, gần mà như xa xôi. Như viễn mộng hụt hơi, thu nhỏ cuối viễn mộng, cái đóm tàn.

Hóa ra đêm nay đêm rằm. Manh Manh đốt nhang thắp khắp nơi, bàn thờ Phật, bàn thờ ông bà, ông thần tài, táo quân, tới bàn thiên thờ trời ngoài sân vườn. Lúc đi thắp nhang, cô chợt thấy con cua trắng nõn, *thằng*

Cuội em tập bò. Cô rất mong chờ cháu của mình bò được dăm ba tất đất dưới trời trăng là cô vui, nên cô vội vàng ngồi ngay xuống, tay vẫn còn cầm mở nhang cháy đỏ, chưa kịp cắm vào nơi nào.

Manh Manh hồn nhiên như đứa bé mẹ đưa tiền đi mua đồ gia vị, nửa đường ham xem đám xiếc, cầm tiền trên tay ngồi coi, quên nơi cần tới.

Lúc *Kỷ vật* cố gượng dậy dưới ánh trăng, Manh Manh quá vui mừng, cổ động bằng cách tay đưa cao nắm nhang khói quơ qua lại trong trời trăng, như người ta cầm "cờ tổ quốc" mừng đoàn xe đua đang tới.

Mày điên hả Manh Manh? Con của tao đâu là hồn hoang rằm tháng Bảy!

Ôi, em xin lỗi chị, em vẫn mong *Kỷ vật* an lành như những đứa trẻ khác.

Manh Manh tới chỗ bàn Thiên gần hàng rào mặt tiền nhà, cô bái mấy bái, thắp mấy cây nhang. Cô lại hát về:

"Con ai đem bỏ nơi đây,
Thế gian đâu chỉ một này mà thôi"

Có một con tắc kè kêu trong gốc cây khô. Cây chừng có chỗ rỗng trong ruột. Giọng tắc kè khàn đục. Chừng con này bị viêm họng.

Xóm Gà, Gia Định tháng Tư 2015

MỘT THỜI QUANH QUẨN

*Để nhớ những tháng ngày sống cùng chủ
nghĩa Hiện sinh, những vòng rào quanh
quẩn, mọi ngõ đời chán chường, một thân
phận quê hương phân ly, cháy bỏng.*

Mùa mưa bắt đầu những ngày nhiều mây, bầu trời xám đục. Không gian chật hẹp bởi cái mông lung âm u. Buổi trưa, xóm vườn tịch mịch. Từ khu nghĩa địa tiếng gà trưa vọng lại bồn chồn, một loại kinh nguyện không lời. Một vang kêu lẻ loi, hốt hoảng.

Thu đã từ biệt từ ba hôm nay. Tuấn nằm bệnh viện, vết thương khá nặng nơi vai. Khi mặt trận hạ màn, những bi kịch bắt đầu. Nhượng có ý định sáng mai sẽ về Đà Lạt. Chiếc va ly nhỏ, hành trang ít ỏi, nằm một mình trên chiếc ghế trống. Nhà tôi trở nên vắng vẻ. Một cái lạnh bất ngờ. Tôi châm một điếu thuốc. Vẩn vơ như khói. Bọn thằn lằn bò trên trần nhà. Nỗi chán chường an nghỉ trong từng đốt xương. Nhượng đi từ giã bạn bè trở về chỗ cổng vườn, băng qua khoảng đất rộng cây cỏ um tùm. Tiếng hát Hoàng Oanh trong và ngọt vang ra từ chiếc radio đâu đó.

Lá khô muối xác trong bùn. Nhượng đi lòng vòng. Vừa bước vừa nghĩ vẩn vơ. Mắt nhìn lung. Khoảng trời mờ đục che khuất bởi những đỉnh cây. Giá có một ngôi nhà để ở. Giá có một người vợ để chăm sóc lúc ốm đau như thế này. Hai mươi bảy tuổi. Nhượng tự nghĩ. Nhìn đời mình, một cây sầu đông trong mùa lạnh.

- Cậu thơ thẩn, làm như thi sĩ? Tôi đánh thức Nhượng bằng câu hỏi lơ đãng và những bước chân không tiếng động trên nền ướt.

- Trời sang mùa, buồn chết thôi. Cậu còn thuốc hút?

- Bác sĩ khuyên cậu nên kiêng thuốc lá kia mà.

- Kiêng cái nỗi gì.

Tôi đưa Nhượng một điếu. Bật cây diêm chìa ra. Gặp gió thổi mạnh, ngọn lửa cong run rẩy. Nhượng tiếp:

- Ở đây nhớ Đà Lạt, đến Đà Lạt lại nhớ Sàigòn.

- Không hẳn cậu nhớ một chốn này hay nơi kia. Nơi chốn chỉ là cái điểm biểu tượng cho nỗi nhớ thương không tên không tuổi của tuổi trẻ hôm nay.

**

Buổi chiều trời đổ cơn mưa lớn. Những chùm hạt rơi ào ạt trên mái tôn những tràng âm thanh ấm, nặng. Tôi co mình trong chăn nhìn Nhượng nơi bàn viết. Hai gò má Nhượng nhô cao, bàn tay những ngón khô xanh xao. Nhượng mất sức nhanh chóng. Hôm từ bệnh viện ra tuy yếu ớt nhưng còn chút da thịt. Tôi trở mình hỏi, Bộ cậu chán đời? Nhượng trả lời mệt mỏi, Đời con khỉ khô này ở đó mà chán. Gió bay rào rạt phía sau nhà. Nước tạt sủng ướt cả nền đất chái hè. Lát sau mẹ tôi về, từ cửa hàng chợ. Nhượng nói, Sao bác không đợi hết mưa hãy về. Mẹ tôi cười trả lời, Ngoài đường phố biểu tình đập phá quá trời, biểu tình với giới nghiêm riết cũng hết nghề buôn bán. Mẹ tôi xuống bếp.

Nhượng nhìn tôi, nói:

- Thật ra mình thích ở lại đây, nằm trong căn gác này, có thể chết như một tình cờ, dễ dàng, thế thôi. Mong được chôn trong một nghĩa địa hoang vắng ít ai lui tới.

Nhượng yên lặng. Mùi chiều ẩm. Tôi nhớ Lĩnh. Nàng và khung cửa sổ, trên cao, buổi chiều đầu tiên. Những "đầu tiên" thường về sau là sâu thẳm trong trí nhớ. Mỗi chúng ta, mỗi nạn nhân của Nỗi Nhớ. Nàng nhìn lung xuống đại lộ. Tóc rối gió lùa. Khuôn mặt bị khung cửa viền như một khung tranh lơ lửng. Như thế, đầu tiên và đơn giản ấy đã khiến một cậu con trai dừng lại trên hè phố ngẩn ngơ. Bây giờ hình bóng đó trong tôi như một ảo giác, một thứ vết thương quá khứ. Nhượng nói nhỏ, Hết mưa đi dạo phố. Tôi ừ.

**

Nước từ trong các hẻm chảy ra đường lớn những nhánh đục. Tôi nhớ Trà Khúc. Sông chảy từ Trường Sơn về ngoài thành Quảng Ngãi. Có một dòng mà chia hai bên mỗi bờ trong đục rõ ràng. Giữa sông cây cầu sập gãy, nằm trơ vơ hoen rỉ. Người lái đò nói, Bom của chiến tranh đó, mới đây đã mười mấy năm rồi. Người chèo đò buồn, tôi buồn, một dòng nước tháng ngày không mấy vui.

Có tiếng hát cô Liên, *Tím cả chiều hoang nay tím cả chiều hoang… đến ngồi bên mộ nàng.* Tôi hỏi, Bữa nay không hát vọng cổ nữa hà. Liên cười, nói, Hát tân nhạc nghe nó 'buồn mà vui" cậu ơi. Tôi nói, Ủi hộ cái áo này chốc nữa cậu đi phố. Nhớ mua cho em vài bản nhạc nghe cậu. Liên đi lấy cái bàn là. Vừa đi vừa hát tiếp… *đến ngồi bên mộ nàng.*

Tôi lại bàn ngồi, định lấy giấy viết thư. Năm ngoái nhận thư của Lĩnh tôi không trả lời. Lĩnh trách móc, Toàn ơi, em muốn nói, muốn gào thét, rằng em cần đọc thư của anh, viết cho em đi anh, anh chửi em em cũng đọc. *Chửi em em đọc thấy ngon.* Cũng như tôi đã nói với nàng, *Yêu em, em có thai với người khác anh vẫn cưới em.*

Vậy mà tôi với Lĩnh giờ rã tan rồi. Như cơm nguội trộn nước lạnh. Đêm hôm đó, hôm chúng tôi *chia nửa người* cho nhau, nàng khóc. Em không thể làm vợ anh nên cho anh *cái phần không có phần hai* của đời con gái này.

Về sau, Lĩnh làm vợ một đại úy Mỹ. Xã hội còn trong bóng tối, lạ lẫm với hôn nhân dị chủng. Ai cũng xầm xì con nhà gia thế mà đi làm cái việc me Tây me Mỹ. Ba của Lĩnh không nhận Lĩnh là con. Lĩnh có nỗi buồn riêng.

Anh Toàn, em đã đi qua ngã đời da trắng mũi lõ. Với tình yêu anh cho, em như con rắn một lần trút vỏ.

Liên đã ủi xong áo, cậu thấy em ủi nhanh chưa. Tôi nói, ủi luôn cái quần nữa nghe. Vừa thôi chứ cậu.

Nhiều khi nghĩ, con Liên sướng nhất trên đời. Đi giúp việc mỗi tháng có tiền, suốt ngày vô tâm đùa cợt. Lúc nấu ăn lau nhà, dọn dẹp, lúc nào cũng hát hò. Về sau nó vẫn có chồng, ủ mình trong một thứ hạnh phúc đơn thuần, trí óc giản đơn. Tôi gọi, Nhượng ơi thức dậy đi phố mày, trời đẹp. Nhượng trở mình, mệt mỏi nói ú ớ, Đừng có ồn ào để ta ngủ chút đã.

Tôi một mình ngồi quán ngã ba. Ly cà phê không đường. Uống từng ngụm thật đắng, ruột gan thức giấc.

Lúc trở về thấy Nhượng đứng nơi cửa. Tôi đi thẳng vào nhà. Sân, vườn, nhiều nước đọng, lá vàng đầy hiên.

Nhượng nói:

- Chiều buồn lạ. Nhơn vừa đến đây tìm cậu. Dạo này thằng sĩ quan ấy ốm o.

**

Chúng tôi lại xuống phố. Cả ngày chẳng biết làm gì. Dạo phố lẩn quẩn. Cà phê thẫn thờ. Không nhìn ra mình, chẳng hiểu được ai. Sông vội sống cuồng điên mà tàn tạ như sống mòn. Mà vớt vác như sống sót. Yêu đương là lâm nạn. Một bọn cuồng si than thở, tình yêu như trái phá, như mũi nhọn, như a-xít lan dần trên da thịt. Con tinh yêu thương, con quỷ tính dục. Bọn tuổi trẻ triết nhân dởm, đi giữa một cõi người nồng cháy bon chen. Cực là ồn ào tiếng thét của hòn đạn trái bom. Trong lửa nguồn, mà một lũ tuổi trẻ chúng tôi luôn thấy lạnh lùng, cô đơn, luôn ảm đạm trong ngột ngạt.

Một cuộc nội chiến có ma dẫn lối quỷ đưa đường, bên này giới tuyến, bên kia đất thù, mỗi bên anh em đều có mỗi có mỗi lý tưởng sáng choang đèn nghìn watt. Mà tuổi trẻ chúng tôi thấy mình luôn lạc đường, thiếu quê hương. Càng có học, lạc lõng càng dài xa, mất phương hướng. Một bọn kia láu cá, tư lợi. Một bọn khác tiêu xài ngày tháng đời mình trong tư thế tam hầu. Con khỉ này dùng hai tay bịt hai con mắt, con kia bịt hai lỗ tai, con nọ bịt mồm. Không nghe. không biết, không thấy.

Ra phố, phố buồn thật. Một bọn thả bộ dọc theo đường Duy Tân. trường Luật đóng kín. Nơi cổng câu khẩu hiệu hàng chữ đỏ trên nền vải vàng làm tôi chợt nhớ những ngày tranh đấu 1963, xuống đường, hô hào, lựu đạn, giày dép bỏ chạy. Qua Đài Chiến sĩ, tượng đồng trên đỉnh đã bị giật sập, chỉ còn trơ cây trụ xi măng cốt sắt, màu xám rêu. Lại nhớ Huế, Thành nội những rêu phong, trên bờ hồ trên đền đài. Bùi ngùi thương xót một xa xăm, hình dung tổ tiên, lịch sử nằm yên trong đó, cái Nghìn Năm.

**

Một suối người như tận hiến cho cuộc rong chơi, đầy trên đại lộ Bonard. Dạo mỏi chân vào quán ngồi. Kim Sơn, Thanh Bạch, Kim Hoa, Thanh Thế, Rex, Givral… cà phê, thuốc lá, bia, rượu, tình, bạn, thời sự, Mỹ, Đại Hàn, Việt Cộng, Phật giáo, Quốc gia, nằm vùng, biểu tình, đấu tranh, buồn nôn, phi lý, trốn lính, tử trận, tự tử… Vỉa hè bày bán đủ thứ đồ hàng. Lộn xộn như chiến tranh. Mua cho em cái này đi thầy, bao thư tốt lắm, mua hộ đi thầy, thuốc này loại hảo hạng giặt mau trắng, cả đồ ni lông, thuốc sán lải đây anh, có trẻ em nên mua về nhà dùng. Những vụn vặt, tục thô chen chúc những cửa hàng kính bày bán huy chương vải gấm sáng loáng bên trong, những cửa hàng sách triệu chữ thu gom tư tưởng nhân loại. Nơi đây có cả.

Tôi dừng lại chờ Nhượng, không quên chú ý đến anh chàng làm hề quảng cáo cho một hãng thuốc nhuộm. Tôi hỏi Nhượng, Con nhỏ nào vừa trò chuyện với mày vậy? Nhượng nói, Bích học luật, nó biết mày mà, bảo rằng mày hô hào trong các đám biểu tình đấu tranh như con khỉ trong đoàn xiếc. Tôi trả lời Nhượng, Có thể Bích nói đúng, lịch sử là một sân khấu, có bi hài kịch, có trò múa rối.

Chiều chủ nhật nhà sách Khai Trí đông đúc lạ thường. Mấy cô hàng sách Khai Trí xinh đẹp, lễ độ, áo dài xanh, đeo huy hiệu để tên. Ông Khai Trí có khuôn mặt chữ điền, nước da sậm màu, một màu da của con người có phần chí thiện, lam lũ với công việc mình đã chọn.

Những khuôn mặt khách trẻ đăm đăm vào giá sách. Đây là những năm tháng thịnh hành của các triết thuyết nhão nhẹt từ phương Tây tràn đến. Nhưng nó hãy còn là một quyến rũ, thời thượng nơi này. Không những Đọc mà *Sống* cùng mớ chữ nghĩa rối rắm của S. Freud, M. Heidegger, F. Niestzche, A. Camus, J.P. Sartre…

Những sách đầu giường là hiện sinh, phân tâm học. Những sống thực là băn khoăn, nghi ngờ, sống tạm, hippy. Những cần thiết là buồn nôn, phi lý, phân thân. Nhiệt liệt gồng gánh những nỗi đau thân phận da vàng, nỗi buồn nhược tiểu, những ám ảnh cuộc chiến. Tự ru mình bởi những tình sầu, tình muộn, tình lỡ, tình xa, tình cho không biếu không, tình anh lính chiến. Chết vì chiến tranh, có khi chết vì chính mình giết mình.

**

Dạo Bonard đến gặp đường Catinat là trở lui, trở lại hướng chợ Bến Thành. Cứ đầu đường cuối đường, lại cuối đường đầu đường. Đi tới đi lui. Lẩn quẩn hết ngày hết tuần, có khi hết đời. Hôm nay chúng tôi đi băng luôn qua phía sau tòa nhà Hạ nghị viện. Bên trái là nhà triển lãm hội họa Dolce Vita. Bọn Họa sĩ trẻ đang bày tranh. Tới nữa là khu cư xá cao cấp của quân viễn chinh Mỹ. Kẽm gai, lô cốt ngầm, lề đường một hàng những thùng phuy to lớn sơn trắng, được chắn ngang làm chướng ngại vật. Không thể không nghĩ đến những vụ nổ TNT, những người quần quại, máu và tiếng khóc than não lòng.

Đứng trên bậc thềm tòa Hạ nghị viện, là nhà hát cũ thời thuộc Pháp, nhìn xuống đường Bonard bát ngát, ta có cảm tưởng nước non này là một xứ thanh bình. Bọn người quý phái đang phô diễn vóc dáng qua từng bước đi, những áo màu, trang sức, vật dụng nào cũng hàng cao cấp, đắt tiền. Ai nào nghĩ hình chữ S ốm yếu này, đang từng gánh nặng vai, một cuộc chiến huynh đệ mấy mươi năm. Ai nghĩ rằng thành phố này đang là nơi an hưởng một cách vô liêm bởi những con người chui rúc cúi lòn. Hỡi bọn Tam hầu, hãy ra đây nhìn mặt chiến trường, nhìn những cánh đồng quê hương ta đui mùi, khói súng, thiên tai.

Hoàng hôn xuống chậm. Đèn đường bật sáng lúc trời chưa tối. Ánh sáng trắng như khăn tang. Một đêm kinh kỳ đã đến.

**

Nhượng ngồi bàn ăn. Mẹ tôi nói hay là cháu ở luôn dưới này với bác, lên Đà Lạt xa xôi lạnh lẽo. Thưa bác, cháu lên đó tránh bớt ồn ào. Nhượng trả lời, ngỡ ngàng, cúi xuống và miếng cơm khô khan. Với gia đình tôi, Nhượng không bà con thân thích. Mẹ tôi thương tình Nhượng là người tứ cố vô thân, từ Bắc vào đây một mình, lạc cha mẹ ở bến tàu Hải Phòng. Gần đây anh bị thương vì tai nạn, tuy nhẹ nhưng luôn thất nghiệp. Mẹ tôi xem Nhượng như người trong nhà. Nhưng mẹ nghèo, chỉ tình thương người và sự giúp đỡ hết lòng. Nhượng muốn ra đi, dù sao cũng đành, để cho mẹ bớt gánh nặng.

Tôi thức giấc mặt trời đã lên cao. Ánh nắng chói chang soi xuống nền đất ẩm ướt, những đọt cây sau đêm mưa có vẻ tươi, lá vươn ra xanh ngắt, buồn hơn chết. Nhượng châm thuốc hút. Cô Liên nói bà đi chợ rồi, bà cho hai cậu ba chục bạc ăn sáng. Liên nhìn tôi cười, nói thật thà, Em có tiền khi nào cần cậu nói em đưa. Đường hẻm vắng. Những xích lô đã ra đường kiếm khách, thợ thầy ai nấy đi làm, những chửi đổng văng tục không còn huyên náo. Những đứa trẻ, trò chơi nghèo ném đá thay bi ăn nhau từng năm cắc bạc. Tôi hỏi Lên, Em có tiền cho cậu mượn một trăm. Liên xoay người vào phía trong moi nơi nịt vú sột soạt lấy tiền. Cười, nói, Cậu nợ của em bao nhiêu rồi biết không? Tôi nói, Cậu nhớ mà, ngày chồng cưới em cậu trả lại hết. Thôi mà cậu, hẹn nợ làm chi.

Nhượng ngồi như chờ chết.

Có thể cái xác buồn nôn đang hình dung Đà Lạt những buổi sương mù, phố xá ủ mình trong cái lạnh dịu dàng. Lạnh trong nắng trưa vàng. Những buổi mai buồn có thể là con đường dẫn về quá khứ. Nhớ và nhớ. Rừng cao nguyên, tiếng suối tiếng chim. Ước gì có thuở thanh bình. Những hoài mơ mong manh thường nhóm lửa trong những tâm hồn vây hãm bởi ám ảnh chiến tranh tràn lan. Nhượng, anh Nhượng ơi. Bao giờ về Hà Nội. Có thể bằng lòng chết, khi được nằm trong lòng thành phố ngàn năm ấy.

Bây giờ những người thân yêu của chúng ta ngoài ấy có được nụ cười? Thượng đế của chúng ta ngoài đó có được tự do tiếp nhận những linh hồn gục chết, nát nẫm bởi số phận điêu linh. Hãy hôn em, hãy đến với em, dù giáp mặt hôm nay, đường phố hôm này ngày mai, đã là phai nhạt tình yêu chúng ta. Vì sao, anh bỏ đi không một lời từ biệt, ngày xưa ấy. Tình yêu, thảm cỏ nước mắt. Bao giờ có gió mùa đưa chúng ta trở về Hà Nội? Mùa thu ngoài ấy có còn nắng lạnh và mây tơ vàng, như ngưng, chờ hóa kiếp trong bầu trời kêu vang thần thoại. Anh Nhượng, không nên thù oán em. Đến cuối con đường này, vực thẳm. Bàn tay anh có chìa ra cho em được bám? Em, người tội lỗi, người vô tri, băng giá linh hồn… Tôi đi về phía Nhượng. Tôi nói vu vơ gì đó.

**

Buổi trưa Nhượng trở về mang theo cái vé xe. Tôi buồn. Đường đi Đà Lạt hôm qua bị chặn lối Định Quán. Mìn. Có thương vong. Nắng buổi trưa chói chang. Mẹ tôi làm cơm trong bếp, mồ hôi thấm ướt vạt áo lưng. Có tiếng kêu than bên cạnh nhà. Rồi có tiếng oà khóc. Chị Tư hàng xóm kêu thất thanh trời ơi con tôi trời ơi con tôi. Thằng con tôi chết oan rồi. Thằng bé chín tuổi, mới ban sáng chơi vui, rồi kêu đau bụng, đau quá mẹ ôi, nhiều tiếng đồng hồ sau lăn quay ra chết. Ruột thừa vỡ. Con đau, chị Tư dùng dằng, rất muốn đưa con đi bệnh viện lại túi không tiền, lại đang lúc đi làm thuê khó thể bỏ việc. Lát sau có tiếng lột cộp đóng chiếc áo quan. Tôi nằm bần thần, nhìn nhìn trần nhà. Những mây đen mây xám như vần vũ nơi đó.

Khi xế chiều hai người đàn ông khiêng chiếc quách thằng Bá ngang qua trước nhà, mấy ngọn nến nhấp nháy. Bọn nhỏ áo quần xốc xếch chạy theo sau, có đứa cười, có đứa than thở, thằng Bá vậy là đi chơi chỗ khác rồi. Nhà bên kia đường, lúc quan tài đi ngang qua, tiếng hát cải lương om sòm, đứa con gái ngồi nơi ghế hàng hiên đu đưa hai chân hát nhại theo.

Nhượng chìa tờ báo cho tôi và nói, Bữa nay ngoài Trung lại ồn ào, biểu tình, bãi chợ, Hà Nội chịu ngồi vào bàn thương thuyết, đường đi Vũng Tàu ăn mìn. Tôi cầm tờ báo, lòng dửng dưng. Chỉ đọc các mục rao vặt, tin xe cán chó, cần người giúp việc, bọn cao bồi tống tiền chủ quán, người từ quê chạy loạn vào thành phố túng đói bỏ con nhỏ chỗ ngã ba đường, kèm lá thư nhờ kẻ từ tâm nuôi dưỡng, một vụ giết nhau vì tình trong khách sạn, tin mừng đám cưới trăm năm hạnh phúc đăng ngay bên tin buồn chuẩn úy Nguyễn văn Năm đã đền xong nợ nước… Đám thanh niên hàng xóm tự nguyện đi chôn em Bá đã về, cùng ra quán lai rai rượu đế, cười vui, văng tục.

******

Buổi sáng chúng tôi thức dậy sớm. Sàigòn ngày mới. Hành trang của Nhượng là sự thiếu thốn và nỗi cô đơn.

Cháu đã quyết định đi thì bác không còn cách nào giữ lại được. Mẹ tôi nói. Bác khuyên cháu không nên thức quá khuya, bỏ thuốc lá đi. Ráng mà điều độ để phục hồi sức khỏe. Có thân phải lo cháu ạ. Cháu cần tiền hay bất cứ gì thì gửi thư hay đánh điện về đây cho bác.

Nhượng dạ.

Tôi xách hộ va li và ngồi cùng xích lô với Nhượng đến bến xe. Cậu nhớ viết thư về cho mình. Chúng ta đã bỏ hoang cuộc đời quá nửa đi rồi. Tôi lại nói vu vơ.

Nhượng ngồi hàng ghế thứ ba. Xe lăn bánh trở đầu về hướng Viện Hóa Đạo, chạy thẳng đường Trần Quốc Toản. Tôi vẫy tay rồi quay trở về.

Tôi không biết đi đâu.

CÓ NHỮNG NGÀY NHƯ THẾ

Yêu Quê hương mà chán kiếp Người
[CTB]

Thiện đi xe dân sự. Tôi tiễn bạn ra bến xe. Một sớm mai Sàigòn nắng. Mây cao vẫn hiền hòa như mọi ngày. Mong bạn có thể tới Đà Lạt, nơi muốn đến để tìm một lãng quên đời.

Lòng tôi vẫn ngậm ngùi khi nghĩ tới cái bản mặt thời thế lắm phản trắc. Bạn có thể không tới được nơi mong đợi, nếu Mặt trận đã chôn những trái mìn giết người dưới mặt đường. Đâu ở Dầu Giây. Có thể đoạn đường Định Quán. Có thể lúc xe bị phục kích, hay trái mìn bung nổ, khi bạn đang trò chuyện với một người khách mới quen, ngồi ghế bên cạnh, lúc có thể hứa một mai chúng ta lại gặp nhau, một mai ...

Thời sự đã bày rõ, có bao nghìn cái chết không chỉ xảy ra từ ngay chiến trận giữa hai bên thù địch súng cầm tay, mà cả những nơi bình lặng, êm đềm. Trong giấc ngủ. Chỗ hò hẹn yêu thương. Trên đường tới một buổi tiệc cuối năm. Tai ương đến từ những quả bích kích pháo từ vùng du kích quân ngoại ô rót vào thành phố. Những quả 105 ly từ trong căn cứ quân sự Cộng Hòa bắn trả, vào những vùng thôn quê, có thể có mẹ già trẻ thơ đang yên ngủ.

Những trái mìn đặt trong đêm khuya ẩn náu dưới lòng đường chờ bung nổ vào buổi sớm mai lúc chuyến xe đò chở thường dân lăn bánh qua. Những khối chất nổ TNT đặt ngay nơi các hộp đêm, nhà hàng đông đúc trung tâm thủ đô Sàigòn. Những chùm bom Mỹ vô tận rơi từ cánh máy bay đông như chuồn chuồn, một bầu trời bình yên, xuống những làng mạc quê nhà, cả bên kia vĩ tuyến. Hằng ngày hằng giờ. Thời tiết nắng thời tiết mưa.Trên biển, trong sông, giữa thị thành, làng quê, cánh đồng, lưng đèo, mặt suối, đồi gò mồ mả, chẳng nơi nào thiếu cái chết vô tình mọc ra.

Cuộc nội chiến đã tới đỉnh. Rối ren khổ lụy là vô biên cương. Người phá người dưới cùng một mái nhà, chung một bàn ăn. Người ăn cả linh hồn người.

**

Trên đường về. Đi bộ hoài cũng mỏi. Tôi leo xe buýt về chợ Bến Thành. Vẫn cái tổ ong quen thuộc. Vẫn tiếng hát, *"Tôi ru em ngậm ngùi"*. Văn chương nghệ thuật trong từng trang phi lý buồn nôn, lẫn tỏa, ngập con đường những hình dáng hippy, phản chiến, trào lưu mới, tự do, nô lệ, về thành, vô bưng. Những trập trùng màu tư tưởng. Nắng đỏ. Mưa vàng. Trắng ngoại lai.

Đã mất thoát cái nhẹ thơ, *"Nắng Sàigòn anh đi mà chợt mát, bởi vì em mặt áo lụa Hà Đông"*. Xe chạy chậm qua các con đường đông nghẹt xe cộ. Xe cảnh sát mở đường hụ còi inh ỏi, chặn xe dành đường cho một đoàn xe quan chức nước ngoài tháp tùng một vị nguyên thủ quốc gia đến thăm Việt Nam. Một đoạn đường khác ồn ào chen nghẹn từng thước vuông đường. Đám đông người biểu tình. Những băng-rôn, cờ xí, kẽm gai giăng hàng. Khói hơi cay mù mịt. Một chế độ có đầy đủ tự do dân chủ nhân quyền hôm nay luôn là một lò lửa. Chứa trong lòng những bất ổn, kêu đòi, nổi loạn của các thế lực đối kháng. Miền Nam, một cơ thể luôn nhức mỏi thấp khớp, bệnh lở lói ngoài da lẫn trầm trọng ung vỡ nội thương.

Chúng tôi đang thời mất máu.

Tôi xuống xe lội bộ qua đám đông. Không gian đậm mùi khói ngạt hơi cay chống biểu tình của lực lượng cảnh sát dã chiến. Dòng người sinh hoạt phố thị, đi lại hai bên lề đường phố luôn đông đúc, nay cộng thêm trong lòng đường những toán người biểu tình, đủ các thành phần quần chúng, phần lớn là sinh viên, bỗng biến ra một biển người tràn ngập đại lộ.

Cảnh sát dã chiến, một lực lượng đặc biệt chuyên việc ngăn chống biểu tình trang phục rằn ri như lính thủy quân lục chiến. Anh nào anh nấy cao to, vặm vỡ, dàn hàng ngang đối diện đám đông. Vũ khí ứng phó là ma trắc, lựu đạn cay, khiêng mây cầm tay chống đỡ, mặt nạ chống độc. Một ít có súng trường cá nhân, nhưng không được lên đạn vào nòng súng. Một cách thị uy, giới hạn tối đa những đường đạn gây chết chóc cho dân chúng. Các ngã tư ngã ba nhiều vòng kẽm gai rào chắn. Không khí cực kỳ hỗn loạn. Một trận chiến giữa nguyện vọng tự do, lẫn phá hoại, của quần chúng đối đầu với áp đặt pháp luật từ chính quyền để duy trì trật tự.

Chúng ta có thể hiểu, những cuộc biểu tình như thế này, trong một thời nội chiến đang sôi trăm độ, lực lượng nằm vùng cho Mặt trận giữa đô thành Sàigòn vẫn luôn có mặt. Và, những thế lực vụ lợi cho quyền lợi riêng của nhiều nhóm/phái từ các chính trị gia, các sinh viên, trí thức; họ nhân danh đối lập, khuynh hữu lẫn khuynh tả, luôn là những thế lực ngầm, luôn có mặt trong đám biểu tình để "nói lên Tiếng nói" của mình. "Tiếng Nói" này đôi khi nằm ngoài tiêu chuẩn của đạo lý và lòng yêu nước. Là chính nó, luôn muốn biến hậu phương Miền Nam trở thành một vùng bất ổn chính trị, mong chế độ Cộng hòa mau chóng sụp đổ. Những lợi ích trong việc bôi đen thời thế của các nhóm âm mưu, luôn hiện hữu trong nội tình Miền Nam.

**

Đám biểu tình lẫn lộn vào biển người phố thị đang trong những sinh hoạt thường nhật. Tất cả, rừng người phủ kín từ cửa Nam chợ Bến Thành, công viên Quách Thị Trang, qua mấy trăm mét đại lộ Lê Lợi, hướng đến tòa nhà Quốc hội. Quách thị Trang là một nữ sinh bị bắn chết ngay trong đám biểu tình 1963, do Phật giáo điều động. Những khuôn mặt dẫn đầu cuộc biểu tình hôm nay không ai xa lạ gì. Những thủ lĩnh sinh viên khuynh tả, các trí thức nhân danh lực lượng thứ ba, thành phần khoác chiếc "mặt nạ trung lập", những nhà sư áo vàng. Họ thực ra là những thành phần nằm vùng, trong lòng Miền Nam để phục vụ cho chế độ Miền Bắc. Họ đã trú ẩn kín đáo dưới nhiều danh vị, chức vụ, nghề nghiệp, sinh viên...Tôi đã thấy các nhà sư này trên đường phố Huế vào thời Phật tử xuống đường chống chính quyền Tổng thống Ngô Đình ộDiệm, thời Đệ Nhất Cộng Hòa 1964. Có những sư sãi đã rất vui lòng chuyển bí mật một số khối chất nổ, súng AK 47 của quân Giải phóng vào chùa. Một số nhà sư có nhiều ảnh hưởng với tín đồ không phải từ tiếng kinh tụng thanh khiết trong chùa chiền, mà từ những bài thuyêt giảng chống chính phủ nơi sân chùa, nhà giảng, những công viên đông người. Họ đã mang gió "Mặt trận", heo may từ trong rừng núi 1960 trở thành bão tố ngay giữa lòng thủ đô Miền Nam Cộng Hòa 1966.

**

Nhà hàng Thanh Bạch, Kim Sơn kéo kín cửa. Chúng tôi vào Thanh Thế. Quãng phố này không có đám đông biểu tình. Có một thói quen trong sinh hoạt Sàigòn, Thanh Thế là nhà hàng dành cho các ca sĩ, các diễn viên kịch nghệ phim ảnh, cũng như Givral dành cho giới báo chí nước ngoài, La Pagode là chỗ riêng của các nhà văn thơ, nói chung là nơi gặp gỡ các vì "tinh tú trong cái rốn vũ trụ". Mỗi chiều chiều sớm mai, muốn gặp bạn tương tri, cùng nghề nghiệp, hãy cứ tự động đi theo bảng chỉ đường 'theo thói quen" ấy mà tới, gặp ngay.

Chúng tôi vào quán nước. Vừa thở vừa lau mồ hôi mặt. Mắt lòi đom đóm. Tìm mấy cái khăn nhúng nước pha chanh để lau mặt, giảm ngạt.

Ngồi cà phê nhìn phố phường cũng chán. Chừng nỗi chán chường đã là hơi thở thường trực. Yêu quê hương mà chán kiếp người. Bọn tôi thả bộ về phía trường Văn khoa. Sân trường ồn ào như vỡ chợ. Bọn sinh viên tụ tập trong cái nóng thời sự, thế tình. Những luận bàn về văn chương triết học thân mật như thường lệ đã nhường chỗ cho những tranh luận ý thức hệ chính trị, về cuộc chiến theo mỗi cái nhìn. Đâu là chính nghĩa, cho những máu đổ ra, cho những đời mai một, cho chính danh những tàn tật.

Tuần vừa qua một thủ lĩnh sinh viên thân chính quyền đã bị bắn trọng thương ngay trong khuôn viên trường văn khoa. Một sinh viên y khoa thân cộng đã bị thủ tiêu bằng cách bị ném từ tầng lầu ba xuống đất, trong khuôn viên trường Y khoa. Những sinh viên khuynh tả hoặc hữu này phần lớn là những trai trẻ thông minh, học hành rất giỏi, có thiên hướng chính trị. Những suy tư âm thầm, những nỗi đau riêng chịu, về cuộc chiến, về thân phận đất nước, đã một đêm bị đẩy ra chỗ hành động, và dưới bóng mặt trời họ phải đương đầu với cái hiện thực thù nghịch, cần thiết phải một mất một còn với nhau.

Cuộc thắng thua phải chờ nơi các trận địa giải quyết, súng đạn có thẩm quyền trực tiếp, nhưng tại hậu phương từ diễn đàn quốc hội đến bục giảng tôn giáo cùng nhiều giảng đường các đại học, đã đầy rẫy những thù nghịch. Thời sự chính trị, hiện tình như một canh bài, lắm khi là nơi thường trú của lừa lọc, gian lận, ngụy trá dưới nhiều chiêu bài.

II

Trong nắng trưa và trong bóng mát của những hàng cây me tôi đi về ngã thư viện Quốc gia. Thật ra là đi loanh quanh. Như nắng và gió, mãi loanh quanh. Đường Gia Long vắng vẻ. Phía trước, một phụ nữ đi cùng một người Mỹ cao lớn, trò chuyện coi bề thân mật. Trong trí nhớ, tôi thấy cô ta hao hao một người quen từng gặp. Mái tóc, dáng đi, đôi vai, tôi thể nào quên, dù nhìn từ phía sau.

Một cái quay nhìn vô tình, chừng nhận ra tôi, nàng đi chậm như mong đợi một gặp gỡ. Người bạn Mỹ lịch sự đi về phía trước, xa nàng một quãng. Tôi gọi nhỏ, Quyên. Tưởng cuộc gặp gỡ sẽ thân mật hơn, sau vài câu chào hỏi, nàng bỗng nói ráo hoảnh: "Em bận đi đây một chút, xin anh tha lỗi". Nàng đưa cho tôi một tấm thiếp có địa chỉ một khách sạn, nói vội, "Em muốn gặp anh tối nay, đây, số phôn cùng địa chỉ khách sạn em hiện đang ở. Em tha thiết gặp anh, mong anh sẽ tới. Có thể, là lúc chúng ta vĩnh biệt nhau" Nàng cười giao tế, rồi đi nhanh về phía người Mỹ. Họ nắm tay nhau, thân mật đi tiếp.

Thành phố, những con đường, như những nhánh sông, dòng người trôi buồn hơn con nước.

Tôi đi về một mình.

Quyên của tôi, hôm nay đã mất hẳn cái ngây thơ, bẽn lẽn rất Việt Nam. Nàng đã thuộc về nơi giam giữ của cách đối xử cạn tình, giọng nói ráo hoảnh, đóng kịch trong giao tiếp. Phải chăng thời thế, cuộc chiến và ngoại bang có mặt, đau thương có thật, hận thù có thật, một xã hội rã tan, luôn mỗi chạm mặt là một bất đắc dĩ, những ly tán, tan vỡ là không thể chối từ, khí hậu ấy bào mòn, làm dị dạng em tôi.

Đối diện một tra vấn lương tri, tôi chẳng thể nào tìm ra một câu an ủi, một giải bày cho an lòng. Nó, từ một Định mệnh Việt Nam hôm nay.

Trong chiếc phòng nhỏ tôi thu mình dưới ánh đèn không đủ sáng là rất nhiều sách vở, con đường văn chương triết học rộng mở, nhưng con hẻm trước nhà chật hẹp. Trăm con thiêu thân quay quanh ngọn đèn đường tạm bợ. Chúng tìm cái chết trong gấp gáp và thèm muốn. Xóm lao động mỗi tối đến lại ồn ào. Nhưng co cụm riêng tư, hiu hắt.

Nghĩ không nên gặp Quyên trong đêm nay nhưng sao tôi vẫn khoác áo và bước ra đường. Thành phố một cõi quen thuộc mà như rất xa xăm. Tôi đắm chìm trong hoài nghi bao la. Gọi một chiếc tắc xi, tôi thu mình vào băng sau, quay cửa kính lên, nói với tài xế chạy đến khách sạn X.

Quyên đã có mặt chỗ phòng khách, chừng như đang chờ tôi theo lời hẹn. Anh, nhớ anh mà chết đi được, Quên nói như một lời rên rỉ. Tôi ôm chầm lấy Quyên.Một thoáng, tôi nhận ra cơ thể một người đàn bà đã dày " trận mạc".

Một bất ngờ tiếp theo, khi Quên nói:

- Đây là nơi em và Smith đang trú ngụ. Chúng ta nên đến một đâu đó. Một khách sạn khác, hay là nơi chẳng cần một chiếc giường nào. Anh có nhớ chúng ta từng ngồi bên một bờ sông đầy ánh trăng.

Quyên của tôi hôm nay mệt mỏi.

Chúng tôi đến vũ trường. Tâm sự và uống rượu nhiều hơn bước ra sàn nhảy. Mới mười một giờ đêm cả hai đã say khướt. Người bồng bềnh, chân lạc bước. Chỉ ôm nhau dìu dặt những điệu nhạc chậm buồn slow với boston, khi tôi với Quyên bình thường chỉ say đắm những swing, tango, valse rộn ràng.

Đêm ấy Quyên không trở về phòng cùng Smith.

Nhưng phải cần một nơi đến, khi chúng tôi cần một chỗ nằm. Cô bồi phòng mang đến hai cốc cà phê nóng. Quyên hỏi, anh vẫn không dùng đường. Nàng vẫn nhớ thói quen của tôi. Tôi nói, Cảm ơn em đã nhớ những tháng ngày. Cà phê làm ấm. Không gian phần nào yên ổn, không xiêu vẹo trong trí não đầy rượu của tôi.

Quyên nằm. Tôi nằm.

Nàng nói:
- Ôm nhau ngủ. Không nên làm tình với nhau.
- Em chán chường?
- Không phải. Em hỏng bét rồi.

Tôi nghiêng người, ôm chặt nàng. Nghe mùi nước hoa, không nghe mùi người. Thuở kia, khi nàng dùng nước hoa, tôi vẫn nghe mùi da thịt nàng. Nó mời gọi hơn mùi nước hoa. Hôm nay khác. Một rất khác. Làm tình lẹ lẹ đi. Lên cơn rồi.

- Em tiêu ma rồi.
Nàng bỗng dưng than vản.

Tôi bỗng thèm một ngọn đồi, rừng cây thưa bãi cỏ. Cỏ xanh nối liền cánh đồng xanh. Da thịt trong cỏ. Mắt để trong buổi chiều gió mát, trời mây. Cõi lòng những mông lung chia sẻ mộng mị. Muốn ôm một người tình, có thể không là Quyên. "Em tiêu ma rồi!" Thì anh, "Anh đã tiêu ma từ lâu!". Chúng ta, cả hai đã được cuộc đời xài hết phần tinh túy tinh anh, phần thanh khiết nhất. Cuộc đời là một tên sát thủ. Chúng ta đang xuống màu, biến thể.

Lũ én đã chán mùa xuân! Quân chết tiệt.

Phần hồn bay mất. Chỉ những da thịt tự nhiên với bản năng rừng rú của nó.

"Mặt trận Miền Tây vẫn yên tĩnh". Hai đứa không làm gì xác thịt nhau cả. Hai đứa đang gậm nhấm linh hồn của nhau.

Bây giờ chắc Thiện đã tới Đà Lạt, nếu bọn mìn dưới lòng đường ngủ quên. Tôi nhìn Quyên ngủ. Trong giấc ngủ, có thể nàng trở về với những ngày chúng ta yêu nhau. Nồng nàn. Son trẻ. Tinh khiết. Đêm nay, trong giấc ngủ, mong nàng hạnh phúc với cơn mê. Được sống với một thời những thiên thần là chúng ta.

Tôi nhìn em ngủ. Tôi nghĩ ra một dáng nằm vĩnh cửu. Mong nàng được ngủ yên trong một thế giới khác. Nàng sẽ trôi trong dòng trừu tượng. Thời gian sẽ chẳng còn cái uy lực đánh nàng rũ xuống, hoa kia sẽ chẳng tàn.

Dịch Thủy quán,

Tây Ninh 1972-Sàigòn 1992

ÁNH TRĂNG

Em học trường Đồng Khánh?

"Dạ, đúng như rứa".

- Em đi dò dọc tới trường?

"Em đi đò ngang qua sông Hương, bến Thừa Phủ mà thôi. Đò dọc mô?"

- Đò ca nô tóe nước?

"Em đi đò nhỏ, chèo trôi nhẹ nhẹ mà thôi"

- Anh em mình chia biệt cũng rất là lâu mới gặp lại nhau hỉ!

"Lâu quá rồi, buồn chết. Nhớ, hồi nớ anh đâu hai mươi, em lên bảy. Rồi sau đó nghe nói anh đi biệt. Anh đi nơi mô? Mần chi?

- Anh mần một thằng điên.

**

Anh ơi hôm gặp nhau, lần đầu nhìn lại, anh nghĩ gì về em?

Thật khó mà diễn tả ngọn ngành em ạ. Đầu óc anh lúc ấy lộn tùng phèo. Một lòng muốn tự hủy mà không tự được. Đêm đó anh chí thú vào mỗi sự vụ là làm sao tự-tiêu-diệt-mình. Càng nhanh càng tốt. Anh đã đến bờ sông ấy, nhớ là trước nhà em, bên kia sông có nhà thờ Phú Cam, bên kia có cây thánh giá thòi lên nền trời đêm.

Cửa Trời-có-Ánh-Sáng-nguyện-cầu. Bên ấy là một phần đời khác anh sẽ tới, đương nhiên là sau khi anh trừ khử Cái-hôm-nay-của-anh cho xong.

Mọi việc với anh đêm ấy – việc tự tiêu diệt mình – coi như tới hồi nước rút, cái đích đã trước mắt, thì em bất ngờ hiện ra. Gặp gỡ này như một định mệnh, hay ít ra là một bước ngoặt đời anh. Một bẻ ghi đường tàu.

Hồi này, Việt Nam là cái bánh tráng nướng bẻ đôi, là thời kỳ sung mãn trong việc tàn sát lẫn nhau. Bọn anh luôn đối mặt, có khi cách nhau vài sợi kẽm gai, một liếp cửa, một bờ tre, một dòng suối nhỏ. Đứa này dương súng tỉa anh kia, anh kia bắn lại. Có khi hai đứa cùng chết tốt. Có khi đánh xáp lá cà tay đôi, bằng lưỡi lê, bá súng. Bánh ít trao đi bánh chì trao lại, anh này bị bể lá lách, chú kia cũng can cường khoe mẻ, "Ta đây cũng lòi ruột".

Bọn anh rất thông thái trong việc tạo ra chiến trường mới. Đánh nhau trong núi rừng, rồi kéo xuống đồng bằng, vào từng thôn xóm; chưa đủ đô kịch liệt, mở tiếp máu lửa trong thị thành, từng đường phố; trên mặt đất chưa xong, giết nhau dưới địa đạo, cửa sông.

Bọn anh là những hành giả, kịch liệt trên con đường phải Đi, nhưng cái đích lý tưởng ở cuối con đường không là Cái-mình-được-chọn. Đỏ Vàng gì cũng thế.

Cả thế hệ anh, đa phần tuổi trẻ, phải/đành như thế. Một bầy lạc bến.

Anh tự nguyện một lần vĩnh biệt, thật giản dị, như ánh sáng đi qua. Anh luôn ngây ngất trong nỗi nhớ mẹ. Cũng là những lời kể, cái cách giải thích về mỗi dĩ vãng, cha anh từng kể, chẳng hạn.

Trong môi lưỡi của cha anh luôn có ánh trăng và núi rừng. Ông nói mẹ sinh ra anh vào cái thời thú hoang cùng sinh con trong rừng núi. Thời tản cư chạy trốn những cuộc tàn sát oanh liệt của giặc Pháp ấy mà. Người và hươu nai sống lẫn lộn. Như cây cối sống lẫn lộn với bão giông mùa đông. Giống giống nhau như vậy.

Con cọp, con người, con bò, con voi, con nít, con gái, tất thảy có cái lỗ mũi, là hít vô thở ra giống như nhau, rất thật. Vạn vật đồng hiện. Có loài nào cách điệu, thở hàm thụ, thở siêu thực, hít vô trừu tượng, và thở ra tượng trưng đâu em. Nghệ sĩ thì luôn phủ dụ, liên thông với mơ tưởng, phi thực. Bọn ấy không bao giờ thở. Nếu anh là con của em, em cũng giữ mực bình thường - một cô gái đầy đủ đầu mình tay chân, chỗ lồi chỗ lõm trong em rất là hoàn thiện, rất đẹp và rất thật – em phải để anh ra từ chỗ ấy, như cách con thỏ con bê đẻ con. Đâu thể anh thò đầu ra từ chỗ khác trong em. Đạo Trời đâu dạy vậy. Cũng đâu thể em đẻ ra anh là một quả trứng. Mẹ nghĩ coi.

"Nói nhiều mất sức. Hãy hôn em rồi nên nói em nghe về mẹ."

- Mẹ anh ấy à, đẹp kinh. Vậy là mẹ anh nhanh lẹ thu gom cái đa truân của hồng nhan. Lấy chồng năm mười chín. Ông ta tánh khí ngang tàng, nhiều u uẩn. Qua một thời gian ngắn gần gũi vợ, người chồng đó đi biệt. Nhiều năm sau ông bị ghép vào tội phản quốc, và bị chém.

"Người vàng chôn người đỏ ra sao anh?"

- Thằng con nít này hồi ấy đâu biết gì, đâu được thấy cái lưỡi đao, cuộc vùi lấp cha của mình ra sao. Hôm ấy nắng hay mưa, máu chảy nhiều hay ít, chí có mỗi mình cha biết, riêng cha ôm cái mớ đó mà ra đi.

"Và sẽ thế nào hở anh? Người con gái ngoài hai mươi tuổi có chồng là một tử tội?"

- Mẹ ấy à? Bà vẫn quanh quẩn trong núi rừng, cùng người đồng bằng trong tình thể chạy giặc sâu trong núi. Lạc loài, đói khổ, bệnh tật. Anh theo mẹ khi vượt qua đèo Tư Yên, khi trở lại Phụng Sơn, khi đến tuốt mù vùng giáp ranh Quảng Nam - Kontum. Mỗi sớm mai, chờ tan hết khói núi, mặt trời đã gần đỉnh đầu. Đêm âm u nhớ nhau, chờ sớm mai gặp mặt, mẹ ơi, những mặt vàng tênh vì sốt rét, nhợt nhạt như da bụng con rắn mối vì phù thủng. Nơi đây trong từng giọt nước, làn hơi gió, là đầy vi trùng tiêu chảy, sốt rét rừng.

Thuở lên mười, đứng trên sườn núi tản cư, anh luôn thấy xa xa về phía biển là làng mạc trung du, ở đó đang dưới tầm bom của máy bay Pháp. Về sau, chiến tranh lan rộng, tận trong núi non rừng sâu. Cuộc ly tán cùng kiệt hơn. Anh chỉ biết nhớ Mẹ. Nhớ làn da ấm áp của Mẹ trong những đêm núi, đói, lạnh, bệnh tật và mông lung sợ hãi.

"Rồi giờ đây anh vẫn sống, vẫn uống rượu, đi hoang, đang ban phát một mớ tình?"

- Giỡn mặt con nhỏ. *Hãy thu nhỏ người lại, Tự thu em nhỏ lại. Hoặc thoát ra ngoài, biến ra vô ưu, vì câu chuyện anh sắp kể, sẽ đè em chết toi.*

" Chắc là thú vị."

- Hôm đó anh lắp vào súng colt 45 một băng đạn, anh dúi cây súng vào bao thắt lưng như mọi ngày anh vẫn làm khi gặp phiên trực. Xong. Anh ra quán cà phê. Người chủ quán hôm ấy mặc chiếc áo xanh chàm.

Đèn đóm lờ mờ, quán nhỏ. Thị trấn thời nội chiến về khuya vắng lặng. Dưới từng mái nhà, trong mỗi hơi thở con trẻ, mỗi lời ru của mẹ của chị, đều có thể bị ngắt quãng. Chi vậy? Để lắng nghe tiếng đạn rít trong không trung, những quả pháo 82 ly hoặc 122 ly từ ngoài kia rót vào.

"Ngoài kia là ngoài nào? Anh biết ngoài kia là ngoài nào không? Anh biết không?"

Anh ngồi, chiếc bàn gỗ, trong lòng quán, được ghép lại từ những mảnh gỗ thùng đạn pháo 105 ly. *Loại pháo này chỉ là của các anh?* Đúng là vậy. Anh cần rượu.

Từng chùm hỏa châu lơ lửng trời đêm. Thỉnh thoảng vài chuyến xe nhà binh chạy tuần tiểu. Chiến xa án ngữ như con thú dữ nằm bất động ở các ngã đường trọng yếu. Xa hơn, là âm vang nặng nề của nỗi trầm uất một quê hương đang lâm chiến. Âm vang u hoài này khó giải thích. Nó là một âm vang có màu máu và mùi tử thi, thuốc đạn.

"Anh"

- Anh ngồi chỗ cái ghế ở góc quán cà phê như hằng ngồi. Một mình. Lão chủ quán nheo đôi mắt mọi ngày. Thường lệ ông ta đã hỏi: "Dạ trung úy uống gì?" Đêm đó ma bắt, lão lầm lì. Dường như linh tính báo cho lão biết, đang có cái gì khác thường nơi anh, rằng anh đang nói nhỏ với đứa con gái lão ta về một câu chuyện buồn.

Chủ quán mặt xám cầm con dao chặt cục nước đá bỏ vào ly, những việc làm nhàm chán mà cần thiết. Cô con gái bỏ ra ngoài. Cô ta có một người tình lính thiết giáp, mỗi tối cô rất mong gặp. Lỡ ngày mai người Thiết giáp đi đoong lấy chi gặp. Anh nói với chủ quán: "Cho tôi rượu." Chủ quán rót loại rượu quen thuộc. Một đêm như mọi đêm. Vài tiếng nổ vọng lại từ xa. Đó là một điệp khúc gần hai mươi năm rồi, quen nhá, nghe hoài như nghe sóng biển.

"Anh."

- Anh uống rất nhiều rượu. Hình như chưa bao giờ uống nhiều như hôm đó. Anh biết mình đang có khẩu súng lục nơi thắt lưng. Còn biết được phải làm sao để súng nổ. Và muốn chóng kết liễu đời mình anh phải bắn vào nơi nào, như vào đầu chẳng hạn. Vào đầu? Nhưng viên đạn phai làm sao xuyên quả óc. Xong ngay. Không cần viên thứ hai.

"Nếu viên đạn chỉ đi xuyên qua hai gò má?"

- Thì rắc rối lắm. Bị treo lơ lửng giữa sự phiền toái là phải vào bệnh viện cấp cứu. *Một người muốn chết toi mà không được trực chỉ ra nghĩa địa là một bất hạnh.*

"Quyết liệt tận mạng vậy, sao anh còn sống để hôm nay ta còn gặp nhau?"

- Anh nhìn chủ quán. Lẽ nào ông, ông hay lão cũng vầy thôi, phải thấy một người khách thân quen ngã cái đùng máu me ngay trong cái quán bé nhỏ của mình. Hôm qua ông ta đã hao tài. Đã rất đau khổ mở cái phong bì bỏ vào đó 50 đồng, số tiền thu từ mấy ly cà phê bán ra. Ông đặt bao thư tiền trên cái đĩa, gần một ngọn nến cháy, trước một chiếc quan tài. Người cháu ruột của ông, cũng vừa ăn đạn trước đó hai hôm. Anh nghĩ, đêm nay ông ta không nên tốn thêm năm mươi đồng nữa. Anh và súng ra bờ sông.

"Anh cũng giỏi làm từ thiện".

- Anh trả tiền chủ quán. Người chếnh choáng. Những cột đèn đường cũng chếnh choàng trước mặt anh. Chúng nó, bọn cột đèn, có dáng đi khập khiễng thật dễ mến, ít ra với một người ngà ngà tâm trí như anh. Bọn xe cộ nằm phơi bốn bánh lên trời. Thành phố như được xây dựng trên một đại dương trong cơn bão. Em có tin vậy không?

"Tin ông để mà lãnh đủ hà."

- Anh đi xuống cầu tàu ngồi. Nước mênh mông. Trời rộng, vì đêm rất trong. Em ạ, khi chưa phải cơn say anh nhớ rõ là mình ngồi bên này một con sông xứ Huế, bây giờ say mềm, rõ là anh đang ngồi trên một bến tàu những cột khói nhô cao. Mất tiêu đi đâu nhà thờ Phú Cam, mất tiêu thánh giá, biệt tăm lời nguyện cầu. Chỉ là trước mắt những cột khói đen ngòm bốc cao, chỉ là những nỗi chết thở dài trong không gian. Bến Ngự, sông Hương đâu có bến tàu, e hơi men đã đưa anh đi xa, chắc nẫm anh đang ngồi ở Cảng Sàigòn, lại chắc nẫm mình đang trên bến cảng nhà binh Trà Nóc, Cần Thơ.

"Tả tình tả cảnh hơi nhiều"

- Đâu cũng được. Cũng là một nơi chốn. Cái chắc ăn là cây súng có đủ đạn. *Hãy bắt đầu. Hãy bắt đầu đi.*

" Có thể một lũ đạn lép? Một lũ không kíp nổ?"

- Không nên quá thông minh cô em ạ. Đôi khi cái Ngu cứu sống mình.

"Phải chăng lúc ấy, theo anh, là lúc có một cô nàng xuất hiện để, *"Bẻ ghi đường tàu"*.

- Đúng như vậy. Đêm huyền hoặc. *Có một đôi chân giáng trần.* Lúc anh mở nút an toàn. Nòng súng lạnh chạm vào vành tai. Bỗng một giọng nói êm ái như từ sông nước dội lại: *"Hay đợi em"*. Nàng từ phía ánh trăng đi tới.

Nàng là trăng.

"Đó chỉ là một ảo giác riêng anh. Sự thật luôn thô tháp và trần trụi, nó ném chúng ta trở về cái chỗ luôn-sờ-nắm-nhau-được. *"Em đang ngồi bên cạnh anh đây"*. Nàng nói.

Tôi nói thầm như một tự hối, *"Em-của-đêm-hôm-đó-trong-tôi"* là một lực chặn, lập trình lại một hành trình sa đà tôi từ lâu man mác trôi.

"Em đi đò dọc tới trường?"
"Em qua đò ngang. Em đi đò nhỏ, chèo tay nhẹ trôi mà thôi".

Có thật là như thế.

Một đời sang Đò Ngang đã là quá xa xôi.

Quán Dịch Thủy, Tây Ninh 1969

À! RA VẬY

Ngay đây, tôi còn ngồi với em.

Chúng tôi sống trong thời nội chiến. Mọi sự, không định hình, không chắc một điều gì. Cái nhìn về nhau luôn phân ly bởi con người bị phân mảnh. *Em dưới ánh trăng đêm trăng ấy, với em dưới mặt trời hôm nay lúc này là hai hay một. Và anh, là ai?*

Có một con người kiêu mạn, súng cầm tay, trong một con người luôn mơ tưởng những điều lành, tôn trọng điều chân thiện, cố tránh xa những xung đột. Anh là Ai? Có một con người tận tụy với đời trong mọi công việc, lại luôn đối mặt với một con người tuyệt vọng luôn muốn tự-hủy-diệt càng sớm càng tốt, cả hai trong nhau.

Ngay đây, tôi còn yêu em.

Bi kịch luôn diễn ra giữa hai con người, trong chính một con người. Hai chúng tôi sống với nhau như bốn con người, như ba mươi hai con người, như một xã hội người lẻ loi và căm lạnh, luôn tạo ra vô vàn những quấy nhiễu chính mình. Và, niềm tuyệt vọng luôn lên khói từ những hy vọng khô cằn, hoặc ẩm ướt lên rêu.

Hãy từ tâm một chút. Nhất định là vậy.

Một đêm chúng tôi lẽ ra đã ngủ yên trong một căn phòng ấm áp như mọi đêm, lại phải thức giấc vì một cơn đau bất ngờ. Không ai đau gì cả, nhưng anh đã nhất quyết là cơn đau đang dày vò anh. Không xoa dầu nóng, không cần giúp đỡ bởi một loại thuốc thang gì, anh rất sáng suốt trong câu chuyện, nhưng rõ là anh có một sự gì khá bất ổn, một nhác dao vô hình đâm phải.

Trời đổ cơn mưa khuya. Nghe rất rõ bước chân mưa. Rào rạt rải hột từ xa xa, qua khu phố, Nhờ những gió phụ sức, mưa tới gần rất gần, rồi mưa rải đều, ồn ào trên mái.

Mưa tới rồi anh, đóng cửa sổ lại.

Như một tâm tình lúc chia biệt, mưa mỗi lúc một nặng hạt. Tiếng nước chảy tỉ tê qua những mương cống tạo một dòng âm thanh xa xác. Gió lớn rồi. Qua ánh chớp sáng lòa một sát na thôi, trong mắt anh, em xanh lè một thân người xác ướp. Vị cứu tinh của anh đây.

Chàng trở mình, hai tay ôm người con gái.
"Hôn em đi, nữa đi anh."

Cô hỏi như hỏi thầm:
"Mình có con với nhau và sẽ nuôi con lớn khôn?"

Anh yên lặng. Nhận ra trong giọng nói của cô tầng âm thanh sâu. Nó như trở lại từ ánh trăng, có bề làm tan đi một phần bóng tối.
"Rồi anh có ý định tự tử nữa thôi?"

Anh nói vu vơ:
- Em đã ở miền núi lần nào chưa. Em có thấy sương núi và rừng? Xa kia là thung lũng, đầm lầy. Em đã nghe tiếng sóng biển và em đã bao giờ đi trên bãi

hoang trong chiều để nhớ đến một người thân yêu đã khuất chưa? Mẹ của anh. Ôi, mẹ!

Anh đẩy cửa bước ra ngoài. Gió đã lặng. Mây tan dần, khung trời trống vắng những sao lưa thưa. Cô mặc bộ đồ áo ngủ, ngồi trên chiếc ghế, vẻ đẹp nhuốm màu khuya.

- Lạnh quá. Anh nói.

"Chúng ta đang trong những ngày đổi mùa."

- Em nghĩ đến việc nuôi con chúng ta khôn lớn à?

"Dạ. Chiến tranh rồi có ngày cũng tàn."

- Nó giống ngọn đèn dầu. Sắp tàn nó bừng lên kinh khủng lắm.

Cô bâng khuâng:

"Hết chiến chinh anh sẽ làm gì?"

- Anh sẽ tự tử.

"Ôi những nhịp điệu lì lợm kéo dài."

Anh thật tình:

- *Anh không thuộc trường phái ca ngợi thứ hạnh phúc một màu trong hòa bình.*

Trong phòng có một vài con muỗi bay. Có con thằn lằn bò. Nó bò ngược lên bờ tường. Thảnh thơi nhìn anh sáng mát dịu từ ánh đèn.

Anh rít thuốc. Nàng bỗng nói lơ mơ:

"Ngày mai anh đưa em đi phố mua ít hoa tươi."

- Anh vẫn thích hoa xưa nay.

"Anh đưa em đi ăn miến gà."

- Anh cũng thèm ăn miến gà.

Chừng quá khứ làm thức giấc những kỷ niệm, chàng nói lơ mơ:

- Tối mai chúng mình đi vũ trường em nhé.

"Vũ trường đâu chốn lửa đạn này."

Nàng buồn bã tiếp:

"Em đang mang thai. Em lạnh lắm."

Đêm. Nhà những mái ngậm ngùi. Những núi đêm đậm màu. Đồn lũy phía bên kia khu rừng nhỏ có tiếng nổ vọng lại. Trận công đồn có thể đang xảy ra khi tiếng nổ ầm vang lớn nhỏ, chen lấn giữa đủ loai đạn cùng tiếng lựu đạn, tiếng mìn. Ánh hỏa châu lơ lửng, rụng dần trong tối thẳm. Vẫn là ôm nhau. Hơi thở chàng ấm. Trong huyền hoặc nàng thấy mình trôi lơ lửng.

Anh nói:

- Chúng ta có thể ngủ một giấc chết?

"Nhưng con của anh đang trong bụng này. Em đâu thể ngủ một giấc nghìn thu rồi thức giấc sinh con."

Nàng cười hiu hắt.

Người đàn bà luôn có một trực giác bén nhạy, một linh tính kỳ diệu, nên có khi thấy trước những điều sẽ xảy đến, lúc chàng muốn cùng ra ngoài. Ý chàng là muốn đi dạo một đoạn đường đêm. Nàng nói:

"Em sợ lắm. Khuya quá rồi. Súng nổ bên rừng còn kia."

- Đi nào. Đi một vòng bờ sông.

"Thôi anh. Em van anh."

Chàng đứng phắt dậy đi về góc phòng nơi có kê cái tủ áo. Cánh cửa tủ mở soạt. Chàng nhặt cây súng. Trong bóng tối nàng hỏi:

"Anh tìm cái gì đó?"

Trong ánh sáng vừa đủ soi tường vách một phòng ngủ, chàng thấy ra một bờ sông. Chàng chọn một bãi cỏ, ngồi xuống.

Sau cùng nàng ngồi dậy, tựa lưng vào vách. Nàng nghe tiếng động nhỏ, nhưng đã rõ nhịp chỗ lường bụng, bên trong. Hài nhi. Có thể cái nhịp động này, với nàng, là lời khuyên nhủ từ một kiếp xa kia, rằng phải giữ thêm kiếp sống.

Đôi tay chàng mở rộng "Ôm mẹ con nàng". Ngồi trên giường, sao chàng cứ nghĩ đang trên một bờ sông. Nước một dòng mộng mị. Nước rủ rê mây, cùng bèo bọt. Chúng cùng trôi. Chúng chẳng thể biết mình trôi về đâu. Người đời yêu mến cái trôi vô phương ấy.

Chàng thầm nhớ, nói một mình:
- Trên bờ sông này.

Nhất định là vậy.
Hãy từ tâm một chút.

Họ hôn nhau gần chết, như chưa bao giờ được hôn. Bỗng nàng chạm phải một vật lạnh sắt. Nàng thét lên:
"Anh ơi, anh đừng làm vậy."
- Ngày mai anh sẽ nhờ bác sĩ khám thai cho em, em ơi, anh yêu em, em phải hết mình vì đứa con chúng ta mai sau.

Chàng nhớ một cổ hỏng tròn đã cháy lửa. Từ đó viên đạn đi ra. Và, một cái ngực khác tấy huầy một cái lỗ.

Chàng nhặt nó ra.
"Nó" là ai?

Nó lạnh, có một cái họng tròn. Rỗng. Trong đó sẽ tiễn một ai đi mãi chẳng về.

Nhìn nó. Nàng thét lên.
"Anh ơi, em van anh."

Chàng bình tĩnh:
- Anh sẽ giúp em. Rất dễ dàng mà.
"Em sợ lắm."
- Thử một lần cho biết.

Nàng cong mình lên.
Hãy còn là Đêm.

Đêm Đức Hòa, 1967

NGÀY TRỞ LẠI THÀNH PHỐ

Liên cho xe chạy chậm, rời con đường chính để men theo một con đường nhỏ, vắng người, và nhiều bóng mát hơn. Liên nói gần tới biển rồi, gió mát quá, anh thấy sóng không anh, kìa, biển xanh ngát.

Hoán đưa mắt ra xa. Một khoảng biển mịt mùng, lẫn lộn với những mái tôn thấp vùng ngoại ô. Bên này là rừng dương lưa thưa. Bên kia, xa hơn một vòm biển, núi xanh biếc dựng lên... Hơi chiều như sương mù lãng vãng trên cao. Gió lộng ngoài khơi xanh, nắng quái lấp lánh phía đó. Hoán cũng thấy những cánh buồm như mấy cái chấm, mấy cột khói tàu bện neo ngoài xa, thầm lặng.

Đã lâu Hoán không có dịp về thành phố, không có dịp ra ngồi bãi biển. Chiều nay Liên nài nỉ anh ra ngồi trên ghế đá với cô ta: để nhìn mấy hòn đảo nằm lẻ loi ngoài kia, cũng đỡ buồn chớ anh.

Hoán sửa lại thế ngồi, một tay vịn chặt vào yên xe, một tay giữ cây nạng gỗ. Anh tì khuôn mặt mình vào lưng người em gái. Tóc Liên bay ngược về sau. Liên cho xe rẽ vào một đụn cát. Chiếc xe quay quay như sắp ngã. Hoán lảo đảo:

- Đừng có chơi cái trò đó, anh té xuống bây giờ cho coi, Liên.

- Honda mạnh lắm. Chạy trên cát được mà.

- Thôi, anh còn có một chân thôi cô ạ, Liên.

Chiếc xe như vui xuống cát, tắt máy bất ngờ. Liên chống một chân xuống nền cát, một tay cho về phía sau như thế đỡ hộ cho Hoán, nói:

- Em tính chạy tới cái ghế đá kia chứ. Ngồi ghế đá đó nhìn ra biển thì tuyệt. Ngừng từ đây làm sao anh có thể đi tới đó. Chờ em, em dìu anh đi nghe.

- Thôi, tôi đi một mình được, cô để tôi. Cô mà dìu.

- Em không thích anh cãi em hoài. Hồi nãy ở nhà anh không muốn em chở anh đi. Anh nói để anh đi bộ. Xì, may mà anh đi bộ chắc anh đi vào bệnh viện một lần nữa quá.

Hoán đã bước xuống xe. Chưa quen đi nạng gỗ trên cát, lúc đầu anh mất thăng bằng vì chiếc nạng lún xuống cát quá sâu. Hoán chống nạng yên một chỗ cho khỏi ngã, nhìn ra ngoài biển xa: trời sương mù, mấy cánh buồm li ti.

Liên đẩy chiếc xe lại dựng bên cạnh một cây dương rồi vội vã chạy lại dìu anh đi. Cả hai đến ngồi trên chiếc ghế. Chiếc ghế vắng vẻ nhất cuối bãi. Phía trên kia là cảnh ồn ào náo nhiệt với những quán nước, những bar, những chiếc dù che nhiều màu sắc sặc sỡ cắm ra tận nơi thủy triều đập vào. Phía đó đầy ngoại kiều và những người lính Việt Nam mặc nguyên cả quân phục chiều chiều tan giờ ra đó uống nước, đi dạo.

- Anh trở thành một vị anh hùng rồi. Theo sử ký, anh trở thành một vị anh hùng.

- Thôi cô đừng mỉa mai tôi hoài. Tôi chỉ dậm phải một trái mìn. Tôi không nghĩ gì khác hơn tôi đã tàn tật.

- Nếu anh ngồi nguyên một chỗ như thế này, trên ghế đá này không ai thấy anh tàn tật. Đây, hai chân anh vẫn còn hai chiếc giày.

- Nhưng tôi làm sao có thể ngồi một chỗ suốt đời. Tôi chưa thể chết từ đây.

Cả hai anh em đều nhìn bâng quơ vào khu rừng trống phía dưới. Một vài thiếu nữ chạy xe Honda len lỏi giữa những hàng cây. Có cậu thanh niên cho xe chạy sát theo ngọn sóng, y như trong màn ảnh người ta quảng cáo một loại xe Nhật.

Trời ngả chiều. Biển trở màu tim tím.

- Em thích chạy xe như tụi nó không?
- Khỏi nói đi.
- Những ngày ở tại thành phố em làm gì?
- Thì em đã biên thư cho anh đó, em đi học, chiều chiều đi vòng quanh phố, cho xe ra bãi biển. Anh à, có khi em chạy đua với tụi nó. Đà Nẵng bây giờ vui quá hả anh?

- Với anh Đà Nẵng không vui. Phố thị ồn ào nhưng tàn tạ. Đà Nẵng, con gái mất những thói quen đáng yêu, có thêm những thú vui đáng buồn.

Liên ngồi sát người vào anh hơn. Hai mắt nàng sáng, tuổi trẻ như được thắp cháy trong đó. Liên nói:

- Người ta có thể buồn nhưng người ta không thể trách cứ thân thể mình. Ngày trước anh yêu thành phố này như anh yêu thân thể anh. Thân thể anh bất toàn rồi đó. Thân thể của một vị anh hùng đó mà...

Hoán đổi giọng:

- Em chở anh đi chơi một vòng coi thử.

- Anh mau thay đổi quá hà. Mới cấm em chạy trên cát, bây giờ anh bảo em đưa anh đi chơi trong rừng cát.

- Ngồi đây thấy buồn quá.

- Làm gì anh vui được. Em thấy không thể làm gì cho anh vui được.

Liên khẽ hát:

"Ngày trở về có anh thương binh chống nạng cày bừa, vì thương yêu anh nên ngày trở về có con trâu xanh hết lòng giúp..."

- Thôi, cô im đi, Liên. Tôi không muốn sống trong ảo tưởng như cô. Trước tang thương quá quắt, trước cuộc đẫm máu hoang vu ông nhạc sĩ muốn biến tất cả đám bụi đen trở thành những huyền thoại yêu kiều. Cô im đi. Cô đến hát cho mấy cây dương kia nghe kìa.

- Em hát cho chúng nó nghe hoài hoài. Những ngày anh không còn ở trong thành phố này, những ngày em nhớ T, những ngày nghe anh nằm trong bệnh viện em ra ngoài bãi biển này, đi rong dưới hàng cây đó. Em không hát cho mình nghe. Em hát cho mấy hạt cát, cho mấy ngọn cây. Có khi em bắt một con còng trên tay, em đi dọc bãi cát, em hát cho con còng nghe.

- Con còng có biết buồn đâu.

- Có chứ anh. Nó khóc. Em thấy nó khóc trên bàn tay em.

- Cô lãng mạn quá. Cô mất trí rồi.

Liên hát to lên và tự nhiên cười cay đắng.

- Cô điên à, Liên, cô điên rồi đó phải không?

- Ern không điên. Em thấy mình trơ trọi. Tại sao anh chỉ còn có một chân và T. thì bị một viên đạn vào đầu?

Hoán bồi hồi, giọng chùng xuống:

- Em còn nhớ đến T. à?

- Em không cố để nhớ T. nhưng em không thể nào quên được. Hình như người chết đi làm chúng ta nhớ họ. Nhiều buổi chiều thật vắng, ngồi một mình ngoài này em thấy T. lặng lẽ đi phía kia. Nước da T. thật trắng mái tóc thật bồng, ngọn gió nào đưa hơi thở của T. đến đây làm em ngây ngất.

- Đừng đùa dai. Hắn đã chết rồi.

- Thật mà, em thấy T. đi hoài hoài trên đụn cát này. Anh đứng trong rừng dương. Nhiều lúc em cố đến gần T. nhưng T. như một hạt sỏi. Nhặt lên tay rồi em có thấy gì đâu nơi hạt sỏi.

Hoán như nói một mình:

- Ngày trước chúng mày yêu nhau và chúng mày dại dột.

- Thôi anh đừng nói nữa.

- Tao cũng không định nói nữa. Tại mày nhắc tới đó. Đời chúng ta chôn vùi biết bao câu chuyện đáng nói. Thôi im hết cả đi. Có gì đâu.

- Có tất cả chứ, nhưng thực ra nó không còn gì cả.

- Hắn chết rồi. Thôi im đi.

Một con tàu nhả khói trên vòm biển. Con tàu tiến về phía núi Lăng Chiểu. Đường đèo Hải Vân tun hút. Giờ này chẳng còn xe nào qua đèo. Giá ngày xưa trong phút này, ngồi nơi đây, đã thấy từng đoàn xe đổ xuống đèo, đèn sáng nối nhau như một đám rước đèn giữa rừng.

- Em không định chở anh ra đây để nói quanh quẩn những chuyện không đâu. Lâu lắm rồi em không được theo một người con trai ra ngoài bãi này. Em chưa nghe một giọng nói nào thật êm ái.

- Liên, cô nhớ cô là em gái tôi.

- Dầu cho là em gái anh, em cũng cần anh như cần một cái mốc để từ đó em không còn thấy trơ trụi. Các anh không làm gì cho em gái các anh vui hết. Bây giờ thì em thấy trơ trụi.

Hoán cầm chiếc nạng gỗ đặt ra phía sau. Một người lính Mỹ mặc quần xì líp, khăn quàng trên cổ, ôm một người con gái Việt nam cười rũ rượi. Họ tiến ra phía rừng đã tối.

Hoán nói:

- Chính anh cũng trơ trụi. Anh xoay quanh trên số phận bất toàn của anh. Anh không muốn trở lại thành phố này. Ngày nằm trên núi anh muốn có một cái giấy phép để nghỉ ngơi, nhưng khi bị thương nằm suốt tháng trong bịnh viện anh mới thấy nỗi thống khổ cô đơn của mình... Thật ra chúng ta không hiểu chúng ta muốn gì. Có một tinh cầu nào khác, may ra...

- Ồ, anh là thi sĩ, anh luôn an ủi mình bằng một thứ chuyển hóa lạ lùng. Với em, tụi em phải tính toán ngay đời sống mình với những ngày sắp tới, trước mặt.

- Tính toán những gì?

- Em cũng không biết nữa.

- Rõ các cô tham lam.

- Thôi đừng nói nữa anh. Thôi.

Hoán ngồi duỗi thẳng hai chân ra. Anh vỗ vỗ lên cái-đùi-vế-có-thật của mình, nói:

- Ngồi mỏi chân quá. Cái chân ni lông kia thì không bao giờ biết tê hay mỏi. Chẳng lẽ anh phải ráp vào cả hai cái chân bằng ni-lông.

- Chân ni lông có làm nên tích sự gì.

- Có chứ. Có chân ni lông anh mang giầy được, chỉ cần mỗi một cây nạng hay cây gậy thay vì dùng một lúc hai cây nạng. Nhiều đứa bạn anh sau khi ráp chân ni lông vào chúng nó có thể đi xe gắn máy hay xe đạp được.

- Sao ngày trước người ta không ráp một cái đầu ni lông vào cho anh T. ảnh sống. Em chỉ cần ảnh sống thôi. Cho em thấy ngày ngày như thấy anh.

- Thôi im đi. Hắn chết rồi.

- Sao trung tâm chỉnh hình không ráp cho ảnh cái đầu ni lông?

- Cái đầu ni lông phỏng ích gì?

- Nhưng em được sờ vào đó, như được sờ vào cái đầu gối nhựa cứng cứng của anh.

- Thôi câm mồm đi. Mày điên à. Hắn chết lâu rồi.

Đèn thành phố một loạt bật lên phía sau. Đêm thực sự. Trăng lưỡi liềm nằm ngoài biển. Gió thổi mạnh hơn, lồng lộng.

- Anh ngâm thơ cho em nghe đi anh.

- Thơ anh không giúp được gì cho anh hết. Thơ nó làm anh chảy máu châu thân. Thơ làm anh thấy vết thương anh càng trầm trọng.

Thà ta được làm người ngu si. Ước gì có một trái tim khô.

Một đôi trai gái đi men theo cánh rừng dương, về hướng ánh đèn sáng trên các quán giải khát. Người thanh niên vận bộ quân phục. Thiếu nữ vận áo dài, tóc xõa dài, tay ôm một cái kẹp da. Chắc cô ta từ trường học ra ban chiều, mãi nói chuyện với tình nhân, bây giờ còn ngoài bãi vắng.

Xa hơn, những chiếc ghế dài được mang ra tận ngoài bìa nước. Từng hàng ghế một số người đã nằm soải mình trên đó. Mấy con tàu dừng hẳn bên kia chân núi. Một khoảng biển sáng lên phía Lăng Chiểu.

Hoán ngâm khẽ nấy bài thơ mình vừa làm cho em gái nghe. Liên ngồi hai tay khoanh về phía trước. Cô nghĩ đến câu chuyện một thương binh ngày trở về dẫn em gái lên ngọn đồi xưa, người anh ngâm thơ khi người em gái hái những nụ hoa vừa nở ra chum chúp. Ngày đọc câu chuyện đó Liên thấy cảnh như một cảnh ở đâu trên thiên đường, thơ mộng và ý nghĩa. Nhưng ngay giờ phút này, anh nàng đã trở về. Chỉ khác nhau cái bãi biển và ngọn đồi nhưng hồn Liên đã thấy khác nhiều; em như phải đối đầu với một niềm đau vô biên, một sự gì trống rỗng tang thương khó giải nghĩa. Đây không phải là một bài thơ chiến thắng của người thắng trận trở về. Càng không là bài thơ của một người đi theo tiếng gọi và trả xong tiếng gọi. Đây chỉ là, em chỉ thấy là tiếng trầm thống, một hơi còi tàu cuối cùng trước khi tàu phải lướt qua trái mìn và nằm vĩnh viễn dưới chân cầu.

- Buồn quá đi anh.
- Em hát cho anh nghe đi.
- Thôi để em đi lấy nước cho anh uống. Ngồi đây em khóc quá.

- Em coi chừng lính ngoại quốc đứng đầy trên bãi đó.

- Em chì lắm mà anh.

Liên đứng dậy cầm theo cây nạng. Liên giả bộ chống cây nạng đi cò cò. Hoán nói:

- Lại nghịch. Để cây nạng đó cho tôi. Có việc gì tôi còn chạy được. Để đó cho tôi.

- Anh phải ngồi đó, không đi đâu hết. Anh đi người ta thấy anh tàn tật.

Liên đi khuất một rặng dương rồi ra phía biển trước khi vào quán nước. Chắc con nhỏ nhở mấy con còng. Liên vác cây nạng lên vai, chạy thoăn thoắt theo đám bọt sóng đang lăn tăn trên cát. Hoán nhìn về phía Liên rồi nhìn về phía những đám mây thâm thấp. Hoán nằm dài trên ghế đá. Trăng lưỡi liềm nhợt nhạt trên nền trời lạnh lẽo. Tinh tú chạy lang bạt. Cả vũ trụ như đang lao xao theo một sự thu hút nào vô nghĩa.

Hoán thấy thương em gái vô cùng. Ngày xưa mỗi tối mùa hè anh vẫn thường cùng em ra bãi chạy tung tăng trên những đám lân tinh, đuổi bắt những con còng, xây những cái lầu cát để chờ nước thủy triều vào làm tan đi. Những ngày đó. Những ngày đó trôi qua. Những cái giếng nước trên bãi năm xưa giờ không còn thấy. Cái miếu thờ Thần cá voi giờ không còn thấy. Rặng dương kín đáo giờ đã trống trải. Da thịt, hơi thở, bóng dáng anh em phút chốc tan thành thinh không, mất hút, biến đi vội vã như một làn khói không màu sắc.

Bây giờ Hoán không còn hai bàn chân để chạy theo cơn nước thủy triều như Liên. Không còn những nao nức trẻ dại hoang đường như ngày nào. Không còn những buổi sớm thức dậy ra nhìn phương đông rịm rịm, đi dọc theo bờ cát lạnh lạnh, thủy triều đã ra xa. Thủy triều buổi trưa mới lên đây, mới làm đầy thêm biển.

Hoán nằm trên ghế đá, lim dim mơ màng... ngày hôm đó Hoán nhận được lệnh gọi về Tổng cục Chiến Tranh Chính Trị. Bạn bè nói với anh mày coi chừng đấy, những thằng sắp được biệt phái là những thằng tận số. Thì sĩ như mày ăn nhằm gì. Y Uyên chết cái đầu gối trên bờ suối, hai tay ôm đất mẹ, chỉ có đất là người tình chung thủy, có một khi chúng ta ngất ngư. Mày coi chừng đấy. Trần Như Liên Phượng, Dũng Chinh. Y Uyên, sao đi vòng quanh lâu quá chưa về... bè bạn hù như thế nhưng Hoán không buồn, anh vui mừng khấp khiếng... và anh giẫm phải một trái mìn. Anh giẫm lên một tiếng gọi quá lớn, biến anh thành một người tàn tật… Hoán nghe có hơi người bên cạnh mình. Anh trở dậy và đụng phải một người con gái. Hoán hoảng hốt. Điện giật anh nhổm dậy. Người con gái nở nụ cười:

- Anh Hoán, sao anh nằm một mình ngoài bãi khuya thế này?

Hoán sực tỉnh nhớ ra ngay người con gái đang ngồi cạnh anh:

- A, Diễm.

- Em có cái tên khác rồi.

- Tên nào khác?

- Tên Jackie, chồng em đặt cho em.

- Em có chồng rồi?

-Vâng, một ông thiếu tá Mỹ. Hắn ngồi trong quán kia kìa. Ngày em nghỉ học có đứa bạn em khóc. Chúng nó nói sao mới học đệ tứ mà thèm Mỹ. Em không trả lời. Em không thèm nhưng em cần Mỹ. Bố em ho lao nằm trong bệnh viện. Người anh duy nhất của em đã tử trận. Em không biết dùng sắc đẹp của em làm gì. Em đem bán. Có được không anh? Sao anh nhìn chòng chọc vào người em vậy?

- Anh thấy em khác xưa quá.

- Cả thành phố này khác xưa chứ không riêng gì em khác xưa. Em vẫn thương yêu anh như ngày nào còn nhỏ. Em nói thực với anh hết đó. Anh muốn hiểu em thế nào thì hiểu. Em vội vàng quá.

Hoán buồn buồn:

- Em còn nhớ Liên không?

- Nhớ, em còn nhớ Liên. Nhưng tụi nó khai trừ chúng em.

Anh ạ, từ khi em về với người Mỹ cái gì em cũng bộc bạch vội vàng. Người Mỹ không cần những gì thâm trầm hay kín đáo. Ghét định nghĩa quanh co và rào đón.

- Tại sao em nói với anh những điều đó?

- Tại vì em sợ anh khinh em. Với anh em không thể nói dối. Dối làm gì với một người mà em biết nhớ thương năm em mới mười lăm tuổi. Bây giờ…

- Đừng nên đi xa hơn, Diễm.

Hoán quay về phía quán nước. Diễm hiểu ý nói:

- Robert tốt lắm anh. Hắn không ghen bất tử hạ cấp như những thằng khác đâu. Nó mê em lắm. Nó hứa mang em về Mỹ. Đòi mang em đi sửa sắc đẹp nhưng em không chịu. Em nói với hắn tao đẹp thế này đến cha mày cũng mê tít nữa là mày. Nó bảo em đi làm cái ngực cho lớn thêm tí nữa...

Hoán rùng mình. Con bé Diễm năm xưa đã hoàn toàn lột xác. Nó trần truồng ở đây đáng thương như một con vật khốn khổ.

Có bóng Liên từ trong quán đi ra, dọc theo rặng dương. Nhưng dường như thấy có người ngồi với anh Liên vác cây nạng lên vai đi ra phía biển đầy sóng. Trăng sáng nhờ nhờ, hoang dại.

Diễm nói:

- Cả thành phố này đổi khác chứ không phải một mình em khác. Bộ anh tưởng em không buồn hả. Em đã khóc mấy đêm liền với Robert trong căn phòng có máy lạnh. Em hưởng từng cơn khoái lạc đầy người khi cha em nằm co quắp trong bịnh viện. Anh của em cháy thui từ lâu. Em đẻ ra tiền và người cha đau thương của em được sống nhờ tiền. Tiền.

- Em không nghĩ như thế là sa đọa?

- Không, em không sa đọa. Người ta nghĩ hẹp người ta nói em là một đứa con gái lấy Mỹ. Nhưng với một quan niệm khác, em chỉ là một con người lấy một con người. Một thứ cái về với đực. Chỉ có thế.

- Em có biết em đã mất tất cả?

- Em mất hết tất cả. Nhưng giữ gìn như các anh, các anh có còn tất cả không?

- Anh choáng váng mất.

Hoán như lảo đảo xâm xây. Diễm đỡ nhẹ người Hoán. âu yếm:

- Anh, anh làm sao thế này... anh, anh đi vào trong quán này với em đi. Ở đây lạnh lắm.

- Không, anh chỉ ngồi đây. Cho anh ngồi mãi đây.

- Vào đây em giới thiệu anh với chồng của em. Rồi chúng ta cùng uống rượu. Rượu may ra làm anh ấm.

- Không.

- Anh, em van anh... em cần đi với anh. Em thèm được một chút gì của anh.

Hoán chán nản:

- Em về với Robert đi. Để cho anh yên.

- Anh, anh đi với em. Có thể em sẽ về với anh ngay lúc này. Anh nghe em... anh Hoán. Sao anh xanh lét thế này. Sao anh nhìn chòng chọc vào em thế này.

- Thôi im đi, hắn chết rồi, đừng nói nữa.

- Hắn là ai. Anh của em chết rồi đó. Ngày xưa anh thường đi chơi với anh Hiền của em lắm. Ồ Robert đợi anh kia kìa.

Diễm tựa sát người vào Hoán. Cái ngực nóng hổi kê vào người thương binh tàn tạ.

- Anh Hoán, đứng dậy đi... Ồ mà sao thế này, cái chân anh cứng ngắt.

Diễm sững sờ nhìn vào đôi mắt đờ đẫn của Hoán. Một bàn tay Diễm bóp cứng vào phần chân ni lông ngay đơ.

Đêm xuống mịt mùng ngoài khơi. Mấy đốm lân tinh bây giờ hiện rõ trên nền cát. Hoán ngả người lên thành ghế. Mồ hôi vã ra đầy trán. Diễm hất mớ tóc về phía sau. Tay vẫn nắm chặt phần-người-bằng-ni-lông của Hoán. Diễm hôn nhẹ Hoán nói hao hụt. Lời của Diễm bây giờ mới ướt sũng như một cơn mưa đã chín khi mùa tới từ lâu:

- Anh ơi, làm sao anh phải mang cái chân ni lông. Anh không còn gì. Anh tha lỗi cho em đã làm anh buồn. Anh...

Diễm ôm siết người Hoán. Nàng khóc.

Ngay lúc đó có bóng một người Mỹ đi về chiếc ghế đá. Người Mỹ huýt sáo miệng. Hoán tưởng như người Mỹ kia đang hát một bài ca lưu đày Diona.

Đức Hòa 1969

BẠCH HÓA

I

Chiều nào khi mặt trời sắp chôn dưới chân núi chú Sáu cũng mang hai con bò phân tán ra hai nơi góc vườn, chú kéo cho mỗi con một mớ rơm để nhai qua đêm, chú nói như thế này để cà nông bắn rủi chết thì chết từng con một, khổ ải quá, người còn có thể chui hầm rúc hố, đằng này bò nó không thể nằm mãi dưới hầm như người, mà dù bò nó chịu nằm hầm mình cũng chẳng có bao cát dụng cụ đâu mà làm cho xuể một cái hầm.

Chiến tranh tràn đến xóm chú Sáu – có thể gọi chú là lão già hay con bò già cũng được, vì đời chú không học hành, không biết phố thị, đời chú dính với luống cày, mọc lên từ ruộng nương đầy phân bón và bùn lầy – chiến tranh thực sự có ở xóm chú từ năm năm nay, kể từ đêm Sáu Vu về chặt đầu cha.

Sáu Vu là con Hương Đằng, nó bỏ nhà đi từ mười hai năm nay. Đúng mười hai giờ đêm một đêm năm trước hắn về làng tập họp dân chúng – mấy anh dân vệ đêm đó đã về ngủ trên quận – việc đầu tiên hắn làm chánh án Toà án Nhân dân xử cha, lão Hương Đằng nay là đại diện xã. Dưới ánh đuốc bập bùng, dân làng có người đứng ra xin tha chết cho Hương Đằng, rồi chính Hương Đằng cũng nói với Sáu Vu tao là cha của mày, con ạ tao là cha, mày không nỡ giết cha. Sáu Vu trả lời: "Ông là cha của riêng tôi chứ không phải cha của cả dân tộc này, ông chết một mình để cả dân tộc này sống, ông không đáng được gọi rằng chết nữa, chính ông bị đền tội, ông bị loại trừ, cái chết là danh từ dành riêng cho các chiến sĩ, các con của nòi giống; ông ạ, tôi không còn cha, không có cha nào nữa ngoài một người Cha là cuộc Cách mạng vĩ đại trường cửu này". Lão Hương Đằng nhổ một bãi nước bọt vào mặt Sáu Vu nói mày là thằng phản quốc, thằng bán linh hồn, mày hãy giết tao đi. Thế là một lưỡi dao phập xuống. Mọi người lúc đó, dưới ánh lửa ma quái không ai thấy Hương Đằng bị chặt đầu, họ thấy chính lát dao đang đi ngang qua cổ họ, họ cúi xuống nhìn bãi đất lạnh run rẩy.

Máu nơi cổ lão Hương Đằng chưa kịp đông lại thì ngay lúc đó có hàng tràng cà nông bắn tới tấp vào đám du kích quân, lửa nhá trên đầu họ, mảnh đạn bay lanh canh trên các mái ngói, chó thôi sủa, người thôi tố cáo người. Sáng hôm sau khi chôn cất, xác Hương Đằng bị một nhát mã tấu gẫy gọn và nhiều mảnh đại bác nho nhỏ.

Chính đêm đó chú Sáu mất con bò thứ nhất, con bò đực hùng vĩ. Nay chỉ còn có hai con, con bò cái ốm o, và một con bò con nhát súng. Mỗi lần có súng bắn là con bò con nhảy cùng vườn. Chú Sáu phải cột nó vào một gốc cây lớn – gốc cây trơ trụi vì thuốc khai quang, nếu có một thứ gì làm tiêu tan được gốc cây khô héo này thì người ta đã tưới xuống rồi.

Chú Sáu cột dây thừng vào cái cổ trầy trụa và chân con bò nhỏ, con bò giậm giậm chân ra chiều bất mãn, chú Sáu vuốt ve nó, đẩy nó sát vào gốc cây, chú ngó quanh quất xem chừng nếu một quả đạn bay tới cái gốc cây có che mảnh cho con bò không. Chú buồn rầu đi về phía con bò mẹ, bầu trời đầy tro xám, một áng mây đen bay là đà về hướng biển, con bò mẹ gầy gò như một bà già suốt đời bị hành hạ vì sinh đẻ và chồng con. Chú nhìn con bò rồi cúi trộn mớ rơm, bỏ thêm một ít cỏ tươi; khi kiệt sức rồi thì dù được nuôi bằng phó mát hay cam nho mày cũng trơ xương con ạ. Lão đi vào nhà.

Có tiếng con Miệng:

"Cậu Ban nói cái hầm nhà mình cà nông thổi trúng thì sập ngay. Cậu nói cái hầm nhà mình chật chội, mùa mưa nước lẹp xẹp đến chó nó cũng không muốn nằm nữa là người. Hèn gì mấy con bò nhà này nó không chịu ngủ dưới hầm."

Chú Sáu:

"Ôi, cái thằng mắc dịch đó hắn ghẹo mày đó. Ai đời làm hầm để rồi người với bò chó cùng ngủ. Chưa có con chó nào chết vì cà nông hay pháo kích chứ người thì nhiều rồi đó. Mày bảo thằng Ban câm cái họng ôn dịch hắn lại. Bữa nào thằng Đích về rồi hắn biết tay…"

Chú Sáu nhớ đến người con trai của chú. thằng Đích. Đích năm nay hai mươi hai tuổi, đi quân dịch đóng lon binh nhì, có hai huy chương một sao bạc một đồng, Đích nói lính Biệt Động Quân tệ chi đi nữa cũng có huy chương đeo đỏ ngực. Con Miệng, em kế thằng Đích.

Chú Sáu vào nhà nằm ngửa trên phản, hai tay dang, mắt nhìn lên trần nhà loang lổ miểng đạn, cái trần nhà hư nát nhưng không ai tính chuyện sửa sang lại trong thời buổi này; chú nhớ đến thằng Đích ngày trước cất tiếng khóc oe oe trong góc này, ngày sinh con Miệng trời mưa lớn, ngả trưa người vú đứng ở hè cửa nói chị sinh con gái, thế là mai sau anh vừa có dâu vừa có rể, "dâu hiền con gái, rể thảo con trai" anh lo gì; chú Sáu nhớ đến người vợ chú ngày trước hay ngồi bắt chí và chải tóc nơi cái đà cửa, gió nồm thổi man mác, những đêm trăng trải ngàn ngàn vợ chú vẫn ngồi nơi đó sàng gạo hay làm việc vặt vạnh; ngày xưa ngày xưa, chuyện gì êm đềm cũng chuyện của ngày xưa.

Giờ đây chú thấy quanh mình trơ trụi, vợ đã chết, thằng Đích đi xa, nó không chịu lấy vợ, con Miệng đã lớn, nó có thể bị xỏ mũi dắt đi nay mai – thời buổi này con trai không muốn lấy vợ nhưng con gái ưa có chồng; con trai nói có vợ lấy gì ăn, lấy vợ để chết đói à; con gái nói lấy chồng cho xong để hưởng mùi đời; đời gì rắc rối. Chú Sáu nằm trong bóng đêm âm thầm nhớ tha thiết, nhớ dại dột con bò đực vĩ đại của chú. Người tu hành có đức chúa, người đi giải phóng có lưỡi mã tấu, anh lính có cây súng, và chú có con bò đực. Chỉ với nó thôi, cả vũ trụ chú ở đó. Con bò chết lòng chú hiu quạnh, không ai đi trước chú nơi luống cày, không ai chịu vác giùm cái ách, kéo giùm cái bừa, ỉa giùm cho chú cục phân bón lúa, tất cả thua con bò. Nay nó đã chết.

Chú nhắm mắt thấy máu chảy ra từ thân thể con bò thân yêu. Chú như ngã xuống và trôi miên man trong đó, dòng máu thơm ngát: máu không phản bội, máu ngoài các chính thể loài người.

Tiếng con Miệng:
"Đêm nay tui không ngủ trong hầm."

Chú Sáu kinh ngạc:
"Mày điên à, muốn chết à."
"Tui không thể ngủ hầm, khó chịu quá, thà chết ngoài trời cho thanh thản."
"A, tao biết mày rồi. Mày mê cái thằng Ngọc hả. Đừng con ạ. Dù sao mình cũng con nhà gia thế đừng có cái thói trên bộc trong dâu."
"Trên bộc trong dâu là gì?"
"Là gì thì tao không tài nào giảng nghĩa, nhưng tao biết người ta ám chỉ những đứa con trai con gái hư. Con ạ, nếu mày muốn thì tao gả ngay. Thời buổi này tùy mày lựa chọn. Nhưng tao nói với mày, con ạ, đừng có dại dột ngoài rơm ngoài rạ ban đêm mấy ổng bắn toi mạng. Mày không nhớ con Ngó với thằng Phả chết trần trụi nhơ nhớp ngoài vườn chuối ngày trước à."

Con Miệng ngồi khóc. Nó nói cha không hiểu tui chi hết, cha làm tui nhục nhã. Sao trên trời một vài cái lấm tấm. Trời tối như mực. Chú Sáu nói thôi trải chiếu dưới hầm mà ngủ đi cho rồi… đó, có tiếng súng đó.

**

Dưới căn hầm này chỉ có hai cha con, một cha trên năm mươi, một con dưới hai mươi, và một con chó đen. Con chó thường ngủ ở miệng hầm – loài vật hình như không con nào thích nghi với loại hầm tránh bom đạn này – để đánh hơi, thỉnh thoảng nó chạy âm thầm ra ngoài vườn.

Tuyệt nhiên nó không sủa. Từ lâu nay con chó mực trở nên thin thít ngay cả những đêm có trăng, nó thấy ngứa cổ lạ lùng khi nhìn những đọt lá lay lay với cái bóng, nó đành câm nín với những cái bóng đen di động như một thứ ma quái.

Ngủ hoài dưới hầm chỉ có hai cha con, mùa đông cơn mưa ngùi ngụt bên ngoài, nước chảy róc rách trong hầm, mùa hè oi ả với từng đợt gió khô khan. Những đêm như thế chú Sáu thường trở giấc với cái quạt mo trên tay. Dưới ánh đèn dầu mù mờ chú thấy con Miệng – con gái chú – ngủ có khi hở hang, nằm ngửa mình hai tay dang, hai đùi mươn mướt nóng hổi dưới lớp quần đen láng, con Miệng ngủ mê mẩn sau một ngày làm lụng. Hai giống người lạ hoắc ngủ với nhau trong căn hầm oan khiên này lẽ ra cái thân thể kia phải làm cho chú động tình, sẽ làm thui chột cái lương tri một con người. Nhưng với chú, chú đúng là một người cha. Chú ngồi thẫn thờ dưới ánh đèn thương xót cho con gái mình, chú lấy tấm chăn đắp lên phần trống vắng cho con, chú muốn khóc, chú thương vợ. Chú nghĩ một mình:

"Loài người đến lúc ăn lông ở lỗ trở lại đây. Loài người đã bỏ áo quần luân lý vào núi vào hang mà ở rồi đây. Nhưng làm sao con người mới khỏi bị bóng tối đè nặng như súc vật."

Chú lại nhìn con, nhưng chưa bao giờ chú dám nhìn thẳng vào cái phần thiêng liêng của người đàn bà, nơi Miệng.

Đêm nay, cũng vẫn với cái quạt mo chú vặn thật nhỏ ngọn đèn, vì sợ ánh sáng lộ lên bên ngoài, chú tựa lưng vào thành đất lạnh ngắt, súng mỗi lúc nổ một nhiều. Chú nhắm mắt để khỏi liên tưởng đến Sáu Vu, đến những ánh lửa bập bùng xung đột, những tràng súng ào ạt bay ra từ thị trấn. Từ ngày Sáu Vu về làng đến nay làng trở nên trơ trụi, những cuộc hành quân của quân đội thường xảy đến, chiều chiều máy bay lượn trên xóm chú thả trái khói. Từ ngày Sáu Vu về làng, dân làng cũng bỏ làng đi, những người ở lại phải ra ngoài bãi cát làm hầm mà trú, vì ở trong này phải đi đào đàng, mà đi đào đàng theo lệnh quân giải phóng thì có khi không về; có khi sáng mai phải đi đắp lại con đường theo lệnh quân quốc gia.

Bây giờ súng nổ quá lớn, trời tối mịt mùng, con chó mực từ miệng hầm vụt chạy xuống, nó im lìm thu mình trong góc, bên cạnh con Miệng.

Chú Sáu lê dần đến phía miệng hầm, lo lắng cho hai con bò ở hai góc vườn. Mấy đám lúa mới bị bom đạn cày nát tan nhưng chú ít tiếc thương, chú chỉ thương xót hai con bò còn lại. Hình như hoa màu ngoài kia không có hơi thở như hai con bò, không có máu và không có hai con mắt u uẩn tội nghiệp của mỗi con bò.

Súng nổ thật đều, thật gần, chú Sáu nhắm mắt vọng tưởng trong tuyệt vọng, cũng như máu chảy trên những đọt lúa non, như người ta tuyên dương trên những xác chết, uống rượu mừng giữa một quê hương cháy, chú tuyệt vọng và giấc mơ lại đầy trong bóng tối. Chú Sáu thấy con bò cái quần quại sinh con, con bò con khỏe mạnh, làn da óng mướt, hai mắt hướng về đám cỏ non kêu tiếng kêu đầu đời. Chú thấy hai mẹ con con bò cười với nhau, đi về hướng mặt trời ấm áp, mỗi sáng sáng chúng nó dừng trên bờ sông, con sông thênh thang đầm đầm giữa thung lũng. Chú thấy căn vườn chú cây trái xanh tươi, những ngôi mộ đã cất cánh bay ra ngoài nghĩa địa, những linh hồn đã thực sự về trời, không oan hồn nào còn đi lang bang quanh quẩn… Một tiếng nổ ngay trên nóc hầm, chú sực tỉnh, ngọn đèn dầu vụt tắt, con chó mực sủa lên một tiếng nghẹn ngào rồi im bặt, như có ai đập lên đầu nó cái cán dao bất ngờ; trong bóng tối.

Chú Sáu sờ mình mẩy mình xem có ươn ướt máu không – đấy là thói quen rờ rẫm lên thân thể mình để tìm vết máu vết thương của đám dân quê từ mấy năm này –khi mới bị thương trong hoảng loạn ít ai hay biết mình bị thương.

Con Miệng hoảng hồn chồm dậy, nó ôm cha nó, cái ngực nóng hổi đầy thịt cứng ngắt áp vào lưng chú Sáu, mấy sợi tóc Miệng tỏa xuống vai chú, nó thều thào: chết rồi cha ơi, tôi bị thương rồi, máu đây. Con Miệng mò bàn tay cha nó đưa về vết thương của mình y như chúng ta hãnh diện chỉ cho người mù sờ một cái huy chương nơi ngực. Máu đây. Sau ót tôi đây. Chú Sáu sờ sau sống lưng con gái, bàn tay chú nhơm nhớp một thứ nước màu, nóng và thơm.

**

Buổi sáng trong khu vườn tẻ lạnh con bò cái chết nơi góc vườn, cái đầu nó bay qua phía bên kia hồ nước cạn, cái đầu với hai con mắt không bao giờ nhắm: hai con mắt xanh lè nhìn về phía chú Sáu. Hai con mắt này hoàn toàn khác hai con mắt đứng dưới luống cày trưa nắng nhìn chú đến mở tháo cái ách trên vai. Hai con mắt này là con mắt tự do, hai con mắt đã ra ngoài sự sống, đã thôi làm nô lệ cho người.

Con Miệng chết dưới hầm. Và con chó thì không ai chú ý đến nó nữa. Nó phải chết. Miệng bị một miểng nhỏ ghim vào sau ót nhưng nó chết liền. Cái chết như đùa chơi. Một đi lộn đường. Thay vì cái chết đi thẳng đến chú Sáu nó lại quành qua con Miệng.

Vết thương quá kín đáo. Miệng chết êm đềm như nằm đợi người tình trong giấc ngủ ngon. Chú Sáu cất tiếng khóc khô khan giản dị, tiếng khóc của một lão đàn ông tưởng vô duyên nhưng thực ra nó làm đau lòng người hơn bất cứ lời ai điếu nào.

Buổi trưa con bò được đưa đi khắp xóm, thịt nó được vào bụng người với la-de. Con Miệng được tẩm liệm sạch sẽ cho vào quan tài. Gái quê chết thật khiêm tốn. Ngoài áo quan thô sơ với mấy cây lạp lung linh không có vòng hoa tấu nhạc gì, không có người tình nào mê sảng bên quan tài. Chỉ có Ngọc. Ngọc nó thương Miệng lắm, anh ta âm thầm vác cuốc ra đào cái lỗ chôn con chó và đào cái huyệt thật đẹp dành cho Miệng. Ngọc nói: tao chưa làm gì được con Miệng, tội nghiệp nó đã chết rồi…

II

Bốn tháng sau khi con gái chết chú Sáu thực sự thấy không thể sống trong cái xóm quê quá quắt kỳ ảo này. Trời mùa hè nắng cao. Mỗi ngày chú Sáu dắt con bò con ra đồng, ngồi bờ ruộng nhìn cánh đồng khô vàng, con bò nhỏ như con dê con một mình nó phải ăn cho hết cỏ trên cánh đồng này. Không còn đàn bò lũ trâu nào tranh giành với nó.

Chiều chiều chú Sáu đến ngồi trên mộ con, dấu xích xe tăng chạy tròn quanh mộ như những vòng hoa lớn – hay như một thứ ranh giới đánh dấu giữa phía này điêu tàn và bên kia hư vô. Chú ngồi đấy với gió rào rạt, từng đám bụi hồng che kín mặt trời, xa xa là đồn lũy, là thị trấn lố nhố những bờ tường trắng hoang vu.

Gần đây Sáu Vu lại hay về làng. Người ta thường ngủ mơ thấy Sáu Vu gõ cửa, nghe Sáu Vu ra lệnh, Sáu Vu râu dài tóc rậm như Ô Mã Nhi thuở nào. Người ta thường thét lên, thức giấc giữa đêm khuya, ôm lấy linh hồn quằn quại đau đớn của mình khóc ngất. Ngay lúc đó thì từng tràng đạn từ thị trấn cũng đổ về đều đặn, như chùm trái chín rơi giữa đêm minh mang.

Dân làng đã bỏ xóm đến ở nơi những gò cao, ngoài bãi đất trống để tránh Sáu Vu và tránh chùm trái chín rơi vu vơ trên nỗi chết. Cảnh vật khô khan tiêu điều. Chú Sáu dựng nhà trên bãi cỏ. Ban đêm vẫn ngủ dưới hầm. Chú van xin con bò con phải cùng ngủ với chú. Bây giờ con bò con đã biết điều, chịu khó ngủ chung với người.

Một ngày nọ, sau cuộc hành quân, chú dắt con bò con đi sau đoàn quân trở về thành phố. Hoàng hôn, đoàn xe thiết giáp chạy vội vã về căn cứ, chú Sáu và con bò đứng dưới ngã ba nhìn ánh đèn phố thị. Đ.m… ở thành phố có khác. Chú Sáu nghĩ như thế rồi chú buồn ngay. Vì ở đây không có hầm cho con bò con ngủ.

"Không có hầm cho bò, không có cỏ non!" Chú Sáu cột con bò dưới cây trụ điện. Chú đau lòng vì dưới ánh sáng này nhiều muỗi quá. Chú thức và đuổi muỗi cho con bò. Nửa đêm nghe có súng nổ thật gần. Chú Sáu giật mình, ủa, trong này cũng có Sáu Vu à!

Đám dân thành phố qua lại thấy cảnh gai mắt, chúng nó nói:

- Đ.m… coi thằng khùng. Một thằng khùng quên cả mệt nhọc quên cả thân thể đời sống nó. Nó chỉ lo cho bò.

- Con bò y như là Tổ quốc hay lẽ sống của nó đấy.

Sáng hôm sau, chú Sáu được đưa vào trại định cư. Chú có nhà ở, được lãnh thực phẩm, áo quần. Nhưng hình như chú chưa cần những thứ đó. Việc đầu tiên chú tìm cỏ cho con bò, dắt nó ra kinh tắm rửa, kinh nước đục không bao giờ soi thấy bóng người dưới đó.

Lần ông Quận trưởng đến thăm trại định cư, ông ta hỏi han chú Sáu. Chú đưa mắt về hướng con bò, cố ý cho ông Quận nhìn thấy con vật yêu thương. Nhưng ông Quận không hiểu điều đó. Chú Sáu buồn rầu, không cần ai hiểu chú nhưng người ta phải biết đến tình cảnh con bò, súc vật ở đây bị tận diệt rồi đó, mai này ai đi trước luống cày, mai này phải có chúng nó để phân biệt giữa một công dân và loài nô lệ. Nhưng ông Quận mang sữa bột, thuốc men, áo quần của Hoa Kỳ đến cho chú Sáu, không ai cho lại chú cái xóm thân yêu, mái nhà yên tĩnh, không ai mang trả lại chú cánh đồng tự do hiền hòa.

Con bò con mỗi ngày một gầy gò, nó thật vô duyên trơ trên giữa thành phố. Chú Sáu quanh quẩn với ngày tháng không công ăn việc làm. Mùa mưa tới, chú Sáu nằm trong đêm mơ màng, nhớ từng đám mạ non, từng chiếc gàu tre, nụt lạt, nhớ từng sáng sáng năm xưa với lũ bò ra đồng khi sương còn trắng mờ trước mặt.

Nằm trong thành phố với người xa lạ, chú Sáu mới thấy cả cái cày, cái cuốc cũng có hơi thở, có linh hồn. Cày cuốc đã tắt hơi thở dưới căn nhà cháy nhưng linh hồn chúng về rộn ràng đâu đây, làm chú thao thức nửa đêm, ngây ngất từ lúc trăng về sáng, lòng dạ như sắt se khi chợt nhìn một chòm sao sáng rỡ trên trời lúc nửa khuya. Chú nhớ vợ và con, những người nay đã quay cuồng với đất. Ôi, tất cả đã băng băng giã từ chú, tất cả đã một đường đi tới phía bên kia thời gian, chỉ còn mỗi chú, chú làm một loại cây không lá, một loại cây đầy gai nơi vùng bạch hóa.

Trong thành phố cũng có Sáu Vu à. Chú Sáu đêm mộng thấy Ô Mã Nhi vội vã chạy từ rừng ra đồng trống, vội vã ném những trái khô vào họng súng. Những trái khô bay về, nổ tan tác trong bệnh viện, nổ ngay giữa trường học, nổ trên đầu giấc ngủ, nổ biến giấc ngủ thành cái chết nghìn đời. Ô Mã Nhi, Ô Mã Nhi. Người đã mang ác mộng từ đồng quê vào thị trấn. Và chú Sáu đã khóc thét lên khi trái đạn nổ ngay trên đầu con bò con của chú. Nó chết khác cha mẹ nó. Nó chết thê thảm hơn. Chiến tranh càng lâu năm, vũ khí càng tiến bộ, cái chết càng ghê tởm tan tác hơn.

Con bò đực hùng vĩ ngày xưa chết yên lặng trong chuồng vì một miếng đạn gọn ghẽ. Con bò cái lam lũ khi chết cái đầu bay qua bên kia hồ cạn, nhưng phần còn lại người ta vẫn có thể ăn thịt được. Con bò con này không ai nhặt được thịt nó. Nó tan tành dưới sức tàn phá của một trái 122 ly. Nó lộn với thịt người. Lộn với óc người. Nó dính trên cỏ cây. Nó thành nước. Một thứ nước trộn lẫn giữa máu và thuốc súng.

Chú Sáu ngồi bên miệng cái hố bề sâu hơn thước bề ngang vài thước. Nơi này con bò con chiều hôm qua còn nhai cỏ, còn giẫm chân trên lãnh thổ yêu kiều. Chú Sáu ngó quanh quất, ngửi trong không gian cái hơi con bò con, máu xương đã thành ánh sáng, đã thành gió động cỡn đâu đây. Chú chửi thề:

- Đ.m. thế thì tao còn gì?

Chú nhất định trở về cái xóm quê của chú. Nơi tuổi trẻ chú mặc trên mình cái áo rách vai, cuốc đất trồng khoai. Ngày nay trên mình chú cũng cái áo rách vai. Nhưng áo này là cái áo viện trợ chú lãnh được trên quận. Những cái chú có người ta đã giết đi. Những cái chú có người ta đã cướp.

**

Ngày chú lên đường trở về xóm quê một người trong trại định cư hỏi chú:

- Anh định đi Sàigòn làm ăn đấy à?

Chú Sáu ngơ ngác. Chú quên mất trên quê hương chú còn có Sàigòn, chú trả lời:

- Không… tôi về quê.

Người ta kinh ngạc:

- Anh điên à, vùng của anh là một vùng tử địa, vùng oanh kích tự do. Cái đầu anh cứng lắm à.

- Oanh kích tự do là thế nào?

Mọi người nhìn nhau cười. Họ thấy cần phải giải nghĩa cho tên Mohican:

- Là ai muốn ném vào đó, muốn bắn vào đó cái giống gì cũng được. Coi như chỗ không người.

Chú Sáu thấy tức tối vô cùng. Mộ vợ con chú ở đó. Ông bà tổ tiên chú nằm dưới đó. Mồ mả không phải là người. Nhưng người ta không được xúc phạm quá đỗi đến thế.

Rồi chú ra về.

Ra ngoài đồng trống chú đi nghêu ngao. Nhớ thuở trước chú dắt con bò chạy lon ton theo sau đoàn xe thiết giáp. Cả cuộc đời lao xao trên nỗi lo lắng. Bây giờ tất cả là tay không. Chú đưa tay sờ lên vai áo rách của mình. Chú tiến qua một gò mả, khu rừng hoang lạnh phía trước, quê nhà chú cách đó không xa, chú men theo những hố bom nằm cách khoảng nhau đều đặn… bỗng chú thấy Ô Mã Nhi.

Trời đã ngả chiều, nắng quái đọng ngùi ngùi trong cánh rừng khô, vài áng mây đen bay vùn vụt, thay hình đổi dạng khôn lường. Ô Mã Nhi chận chú lại hỏi:

- A, lão Sáu, tên tề điệp, mày hãy dừng lại nhận bản án tử hình.

Hai người đi theo Ô Mã Nhi đã lanh lẹ rút hai con dao đứng cạnh chú Sáu. Ô Mã Nhi rút lẹ trong túi ra một mẩu giấy, đọc ngay:

"Nguyễn văn Liên từ một năm nay đã tự ý và thành làm gián điệp tay sai cho Mỹ Ngụy. Nguyễn văn Liên, tên tề điệp bẩn thỉu đã phản bội dân tộc. Nhân dân đã lên án tử hình tên Nguyễn Văn Liên. Ngoài ra tên

Nguyễn Văn Liên còn là cha đẻ của tên Nguyễn Văn Đích. Nguyễn Văn Đích, lính Biệt động quân, nay cũng bị lên án tử hình."

Hai con mắt chú Sáu trợn xanh lè như hai con mắt con bò cái với cái đầu hoang vu trên bờ ao. Hai con mắt đó nhìn về Ô Mã Nhi không kịp nói lời nào. Chú chết tức tốc, quằn quại vì một bản án quái gở bất thành văn tự đó.

Khi ném xác chú xuống đường mương đã khô nước, một du kích quân quay sang nói với Sáu Vu:

- Đồng chí giỏi quá, làm sao đồng chí có ngay được bản cáo trạng?

Ô Mã Nhi trả lời:

- Đây này, tôi lấy tờ giấy thu lúa để đọc trước mặt hắn. Với tụi nó đứa nào cũng đáng chết. Anh có thể nhặt một mẩu giấy bẩn, đọc trước mặt nó rồi chém nó ngay đi cũng được, cần gì phải có bản cáo trạng.

Ô Mã Nhi nhét vội mảnh giấy vào túi áo rồi cùng hai đồ đệ tiến vào khu rừng khô trước mặt. Họ tan biến trong hoàng hôn đã đầy bóng tối.

III

- Đ.m tao đi lính hai ba năm mới được đổi về đây. Tao chưa đi phép đã đi hành quân rồi. Đích vừa lau cây súng vừa nói chuyện với một người bạn. Người bạn hỏi:

- Quê mày ở đâu?

- Cách đây hơn mười cây số, trong quê.

- Biết đâu ngày mai vào đó, mày tha hồ thăm.

Người bạn của Đích bỗng ngậm ngùi:

- Mà ở đó còn gì để thăm.

- Mày biết quê tao à.

- Biết chứ. Quanh đây từ mười cây số trở lên đều là vùng oanh kích tự do, trừ mấy xóm nhà trên đường về Sàigòn.

Như một cài màn vừa kéo ra, Đích chợt thấy phần hậu trường thăm thẳm bên trong:

- Đ.m. hèn chi tao gửi cái thư năm sáu tháng trời không thấy ai trả lời. Không chừng…

Người bạn buông xuôi:

- Không chừng con mẹ gì. Nhà tao chết ráo hết rồi.

- Ở ngoài quê à?

- Không, trong thành phố. 122 ly.

Buổi sáng hôm sau đoàn quân tiến về quê của Đích. Bước chân xuống điểm xuất phát, Đích ngó mông về phía làng: một vùng trơ trụi, cây khô, đá khô, và vạn vật vàng khô. Một vài tiếng súng nổ lẻ tẻ. Một vài nhà cháy nằm rải rác.

Buổi trưa Đích cùng một toán quân dừng trên một gò cao nấu cơm ăn. Anh dõi mắt về cái xóm phía trước: nơi tuổi nhỏ anh chăn bầy bò ba con. Có lần Đích đã nằm trên mô đất đầy cỏ xanh, đắp cái nón lá trên mặt, anh ngủ vùi, bầy bò đi rong trên cánh đồng ăn cỏ suốt ngày. Có lần trên cánh đồng này Đích lắng nghe tiếng nước chảy róc rách, tiếng cá đớp lúa, tiếng rì rào xa vắng của ngàn bông lúa vừa đơm trên đồng. Đích nhớ ngày con bò mẹ sanh con, trời tối, cha Đích cầm cây đèn ánh sáng chập choạng, mẹ Đích ẩm con bò nghé đỏ hỏn như một đứa bé. Bà mẹ mừng, nói con bò đẻ ra tiền bạc cho tui đây. Bò con vừa được sinh buổi tối, mấy hôm sau ra đồng nó đã vượt mương và bơi ngay. Bò đã hơn người, nó không phải tập bơi lội. Đích nhớ những đêm trăng lên cao đầu ngõ, ánh sáng dịu dàng chảy trên đám đất vàng, cả gia đình anh ngồi quây quần ăn cơm ngoài sân, tiếng gà lục đục phía sau, tiếng chim đêm ấm áp vô cùng trên những cành tối vu vơ. Mấy năm rồi Đích mới trở lại, súng trên tay, đạn lên nòng, anh đi về tuổi nhỏ, anh tiến vào vùng kỷ niệm, sẵn sàng bắn vào trí não mình…

Đích chận hỏi một đứa bé vừa ở dưới hầm ngơ ngác chui lên:

- Mày biết lão Liên ở xóm này không?

- Không.

- Mày biết còn ai trong xóm đó không?

- Không.

- Cha mẹ mày ở đâu?

- Chết hết rồi, dưới hầm.

- Nhà mày đâu?

- Trong kia.

Đích nheo mắt nhìn theo ngón tay trỏ của đứa bé: nơi cái xóm trống hoang đó mấy mảnh tường lổ đổ, mấy cây cau cháy và vài đám khói. Đích hỏi tiếp:

- Có tụi nó về đây không?

- Không biết.

- Mày lấy gì để sinh sống?

- Sống à, không có gì hết.

Đích ngậm ngùi, đi ra ngoài giàn bí hái một trái bí lẻ loi để luộc ăn với cơm buổi trưa. Đích móc trong túi năm chục bạc đưa cho đứa bé:

- Trả tiền trái bí cho em đây này.
- Không.
- Sao lại không, sao không lấy tiền.
- Lấy sợ các ông nói "tề điệp", các ông giết.
- Không, đây là lính Quốc gia, lấy tiền đi.

Thằng bé ngước lên:
- Các ông có giết tôi không?
- Không.

Lúc bấy giờ một người lính khám phá ra một xác chết đã hồi sình. Người lính trở về nói với Đích:
- Cha mày bao nhiêu tuổi?
- Cỡ sáu mươi.
- Có phải cha mày dưới mương nước không?
- Tao làm sao biết được. Ăn mặc đồ gì?
- Chiếc áo viện trợ.
- Việt Cộng đó mày.
- Việt Cộng gì mặc áo có mang nhãn hiệu Chicago.
- Mày thấy thực à?
- Tao dí mũi súng vào cổ, cổ bấy ra, tao thấy chữ in còn nguyên. Ghê quá, hôi thúi quá. Mày lại xem đi.

Đích cộc cằn:
- Mày cuốc đi, tao mệt quá rồi.

Buổi chiều khi đoàn quân trở về Đích còn thấy thằng bé đứng bên mái lá che tay lên mắt nhìn ngược hướng mặt trời.

Đích nói với người bạn ngồi bên cạnh: mày có dầu Nhị thiên đường cho tao một ít. Người bạn đưa ve dầu cho Đích, anh ta xoa xoa trên mũi nói Đ.m. cái thằng già chết dưới mương hôi thúi quá, chắc cũng bảy tám ngày rồi, chết mà nằm úp để lòi cái óc trắng hếu lên trời… Người bạn nói, hắn mặc áo viện trợ Chicago, ai bên Chicago cho cái áo để mục rã trên xác người Việt Nam.

Đích hít một hơi dầu rồi nói như sực tỉnh:

- Ơ, hồi nãy có đứa nào chịu khó chôn lão già không bây?

Đức Hòa Mậu Thân, 1968

ĐỜI NGỬI KHÓI

I

Đầu tiên bà mẹ để ra một anh con trai, ngoài tên khai sinh chính thức, tên gọi thân mật trong nhà là Tôm. Hai năm sau, cũng bà mẹ này để ra một cô con gái, tên là Cua, chính tôi.

Đương nhiên cha tôi là người tôi thương yêu nhất. Cái lẽ thường tình, vì ông, mẹ để ra chúng tôi. Cũng vì ông, chúng tôi có những gốc rễ cùng nhau, dính liền những nỗi đời hân hoan, cùng nhớ nhung đau khổ, cùng một nhóm máu, một họ chung. Qua cái nhìn trí huệ, chúng tôi có những nối kết hiển linh đáng rùng mình, thiêng liêng hơn là việc vì cùng/chung nhau trên một bàn ăn.

Có những khi, nỗi nghi hoặc đã âm ỉ lên khói trong hồn, của vài chục năm sau những tháng ngày chia biệt, Tôm ra biển, rồi biệt tích; tôi bơ vơ đi tìm anh; mới thấy chúng tôi có những "của cải chung" thuở ấu thơ.

Chúng tôi có chung một căn phòng để ngủ chung, một căn nhà cha mẹ nhìn ra bãi biển qua một đường phố ven biển nhiều cây xanh; lá cây có thay đổi theo mùa xanh/rụng; bóng cây theo nắng sớm rực rỡ, hoặc chiều hoang buồn ngủ; mùa hè gió mùa thổi lộng; những mưa đầu đông chúng tôi đã tê cóng ôm lấy nhau tìm ấm.

Chúng tôi có chung những vỏ sò hai anh em nhặt lên bỏ chung vào cái hộp thiếc rỗng; chung cùng ly kem, mút chung cây kẹo; những vì sao đêm chung nhìn, không ai giành nhau tia nắng; chung một con nhồng nhảy nhót trong lồng. Con nhồng láu cá biết nói một vài câu ngắn ngủi, vâng dạ, chào khách. Rồi con nhồng một ngày lạnh lẽo chết toi. Nó gầy nhom, bày nhiều mớ thịt xam xám như có ai thù ghét nó vặt trụi lông đêm qua. Lại có chung một con nhồng khác, trẻ trung yêu đời hơn con nhồng già vừa ngỏm. Cha tôi nói, để cho Tôm Cua có cái vui chung trong nhà.

Thời gian không bào mòn, mà chừng có những màn sương rêu ngày càng bao bọc, khiến mớ hiện thực, mớ của cải chung của tuổi thơ chúng tôi, ngày qua ngày, biến ra hư huyễn. Đã xa thẳm những cỏ cây, núi biển, chim muông, những trăng những mặt người. Những tên gọi có ý nghĩa biểu đạt sự vật hiện hữu, sờ nắm được, thuở kia, nay đã ẩn tàng là những biểu niệm trừu tượng. Chúng tôi tìm nhau, biến ảo trong cái thế gian mơ hoặc ấy.

Khi lớn khôn, nhớ lại cái ôm nhau đêm lên năm lên bảy, mùi da thịt ấm nồng, máu truyền nhau cái âm vang lênh đênh trong giấc ngủ âm dương; tôi nghi ngờ, hành trình ngộp thở ấy, có khi không phải do đường dây huyết thống, mà là từ một tình yêu tật nguyền nào đó giữa chúng tôi.

Hôm nay mất Tôm, tôi, một cõi hồn sứt mẻ, một nửa đời bị tê cóng lưu niên. Máu bên ấy, máu của ai, một nửa.

**

Từ bé, tôi rất kinh ngạc một anh Tôm khôi ngô nhưng tính tình có hơi lãng đãng, đã có những điều khác lạ hơn những trẻ cùng tuổi. Rất thông minh, trí nhớ rất tốt. Bài học gì chỉ đọc qua một lần là coi như thuộc nằm lòng. Ai kể một chuyện tiếu lâm, đọc một bài thơ khá dài, nghe qua, là Tôm nhớ đời. Lúc mười tuổi, trong đầu não của Tôm như đã được cài đặt sẵn một bộ sách lịch sử nhiều nghìn trang. Trần Cảnh lên ngôi vua Nhà Trần năm nào, Công Chúa Huyền Trân về với vua Chiêm Thành năm nào, Tôm kể ra thành thạo như con cháu, như chính người nhà của ông…Trần Thủ Độ.

Cha tôi, đời nhà binh, khá lạ lùng, ông không hề khen con mình giỏi giang mà cho rằng những hiểu biết "đáng nể" của con trai mình là không cần thiết. Thời nội chiến, đầm đìa những trầm luân, từ núi đồi tới góc phố, cái cần phải thành thạo là cách ném lựu đạn, bóp cò súng. Với cha tôi, cái đầu não thông thái không thể thay thế cái nón sắt. Giữa cái trái tim nồng nàn và chiếc áo giáp chống đạn, ông chọn cái sau.

Càng ngày, chừng được thần linh phù hộ, "cài sẵn trong đầu óc Tôm" mọi thứ; anh như đã từng kinh qua, đã học, hoặc đã gặp gỡ đâu từ kiếp trước. "Hiện tượng Tôm", mang lại rất đỗi kinh hoàng cho mọi người.

Kể đường dài, Tôm cũng có nhiều dấu hiệu mà người đời cho là anh sẽ thành một gã khờ. Thường ngơ ngác trước những chuyện đời thường, thế tình, Tôm không hề lưu ý bụng mình đói no, lơ đãng trước lời chào hỏi của bạn bè. Sau này khôn lớn, tôi biết những cái thiếu, thừa, đói no giữa bình thường tục lụy, không động tâm được anh Tôm, vì lúc nào đầu óc anh cũng lưu lạc gió bụi, hoang mị theo những hình ảnh, những ý niệm, viễn cảnh trong một thế giới riêng mình. Đó là miền hoang rỗng.

Cha tôi di chuyển khắp miền, theo quân lệnh. Một thời, toàn bộ gia đình chúng tôi phải chuyển vào Nam theo cha. Vì quá nhiều vật dụng gia đình phải mang theo, chúng tôi di chuyển đường bộ. Tới một thành phố biển, cả nhà ngủ lại một đêm. Di chuyển cực nhọc, đêm, chúng tôi ngủ vùi. Sáng thức dậy, ai nấy nhìn quanh, chẳng thấy Tôm đâu cả. Cả cha mẹ hốt hoảng chạy đây đó, nhờ người này kẻ nọ, cùng nhau tìm con.

Là thế này, khoảng một giờ khuya, tiết trời mùa hè thanh vắng, đêm đó đêm trăng sáng tỏ, Tôm nằm cạnh cửa sổ, nao nao trong lòng, anh thức dậy, lặng lẽ bước ra đường, xem trăng thanh, phố vắng. Rồi ra tới bờ biển; biển đêm thăm thẳm, rừng dương cồn bãi, anh đi mãi một hồi, đi mãi, ra người đi lạc! Khi chúng tôi tìm được anh, thật kinh ngạc, Tôm đang trong một nghĩa địa. Bấy giờ sương đêm xuống lạnh lắm. Anh ngồi co người trong một mộ bia to lớn. Rêu xám, cỏ hoang.

**

Ai cũng bảo Sàigòn là "Hòn ngọc viễn đông". Ai cũng mê được cư trú trong những khu giàu có phồn vinh, ngay trung tâm đô thị.

Tôm không ưa thích những phố thị sầm uất. Rất khoái những vùng ngoại ô, nhà cửa thưa thớt lẫn lộn với những vườn tre trúc, những ngôi chùa u tịch. Buổi trưa vắng Tôm thích ngồi một mình, sân chùa. Mẹ tôi lo sợ đứa con thông minh của mình mang bịnh u trầm.

Cha tôi khác, ông nói, không lo xa chuyện lơ đãng của đám nhỏ. Ông chờ một ngày Tôm đủ tuổi ông sẽ cho vào lính. Với cha tôi, khi là một anh lính, khép mình trong kỷ luật, gian khổ chỗ quân trường, đẩy ra chỗ chiến trường hiểm ác, không thể có dù một cái tích-tắc để suy ngẫm vớ vẩn về cuộc đời buồn nôn phi lý, mà phải làm sao để chiến đấu, bảo tồn được cái mạng sống chính mình cùng đồng đội, thì mọi con người, lúc ấy, sẽ "Nên Người".

Năm ấy, cũng sắp mãn năm học, mẹ dự định những ngày hè, sẽ cho chúng tôi đi du lịch.

Nhưng vào một buổi sáng, những người lính mang quân phục khác hẳn với người lính Cộng hòa đã xuất hiện trên các đường phố của Thủ đô Miền Nam. Trong cánh cửa khép hờ nhìn ra, cha tôi bảo họ chính là kẻ thù truyền kiếp của ông. Da dẻ họ xanh xao gầy ốm. Lưng còng khom vì sức nặng của vũ khí cầm tay, chiếc ba lô trên vai. Quân phục bạc màu chàm, nhăn nhúm. Họ là kẻ hôm nay đã chiến thắng, đã bước đi trên các đại lộ của Sàigòn, nơi mà từ lâu chỉ là một viễn mơ, khó bước tới. Lẽ ra ai nấy phải cái bước hiên ngang, nụ cười tươi mở, nhưng sao mỗi khuôn mặt là mỗi đăm đăm những âu lo bàng hoàng; như họ mới chính là những nạn nhân của số phận.

Bấy giờ, cha tôi, bà con tôi, mỗi người bỗng như trúng phải một cơn gió độc, hay mỗi người đang vướng chỗ cần cổ một cục xương. Trúng gió thì buồn nôn. Hóc xương thì khó thở. Buồn nôn thì đâu thể tĩnh tại. Khó thở thì đâu nói năng được gì.

Có một chú nghèo khó, hớt tóc dạo; mẹ tôi thương tình cho chú một quãng đất trước nhà, chỗ lề đường; chú dựng cái lều, tạm hành nghề. Chú ít nói, mắt đăm đăm, luôn nhìn ngó mọi thứ. Chiều hôm ấy, khi mọi sự đời đã rõ ràng, Sàigòn tiêu tán đường, chú lộ mặt là một anh nằm vùng. Câu dè bỉu đầu tiên mà chúng tôi nghe được là từ một người đã mang ơn mẹ tôi, chú thợ tóc. *"Đời chúng mày, con cái nhà quan, từ nay sắp tàn rồi"*.

**

Có một thời trần gian rất lạ. Sáng trưa chiều tối, cả thành phố đầy khói. Không phải cháy nhà cháy kho, mà khói rất mơ màng. Rất nhẹ nhàng, thư thả bốc. Người ta hè nhau đốt sách. Tất cả sách đã in ấn tại Miền Nam suốt hai mươi mốt năm qua. Sách của một nền văn chương học thuật Cộng hòa. Dòng nhân văn, văn hóa rộng lớn ấy là không cần thiết với chế độ mới.

Tổ tiên, đã trở ra một tập thể tội hình, đã nhất tề bị buộc phải bước lên giàn hỏa thiêu. Từ ông Thiệu ông Diệm, ông Bảo Đại chí ngược về ông Gia Long, Nguyễn Hoàng, sách ra tro, đốt ráo.

Một lần, ham chuyện lạ, Tôm chạy tơn tơn theo đội thiếu nhi khăn quàng, thu nhặt sách báo từ các nhà nhà mang ra cổng nạp, chờ đốt. Chợt thấy Tôm, chú thợ hớt tóc chỗ lề đường da dẻ thiếu máu hôm nào, nay bỗng thành ông Phó chủ tịch phường trong chế độ mới, ông mắng ngay Tôm, *"Cút ngay, mày không xứng đáng làm cái vinh dự thiêu hủy những tàn dư xấu xa này"*.

II

Tôm của tôi bắt đầu nhiễm một căn bệnh rất lạ lùng, kể từ ngày *//Khói ơi khói bốc lên trời / những hồn chữ nghĩa một thời sầu đau//* là Bệnh ngửi khói".

Anh như cái bọn thằn lằn, cái lũ mối mọt nơi cột kèo trên sườn nhà, trong căn phòng một người hút thuốc phiện. Ngày ngày đêm đêm, anh chàng nghiện nằm bên bàn đèn rít thuốc. Ngọn đèn mờ mờ ma cỏ, thứ ánh sáng tiên nâu. Mùi thơm từ khói thuốc hấp dẫn đã thu hút bọn thằn lằn mối mọt. Chúng thò đầu ra ngửi. Lâu ngày nên ghiền. Những ngày người ấy đi xa, phòng thiếu mùi khói thơm. Bọn lơ mơ kia rối rắm, vội vã tìm mùi, nhớ khói. Trên trần nhà, bày ra những con mắt lơ láo của bọn thằn lằn chờ ngửi. Trong thân ruột cột kèo, bọn mối mọt im re, quá mệt mỏi vì lên cơn nghiện.

Với Tôm, đã cao chót vót chỗ tổng thể, và có thể, anh đã nhận ra cái mùi đáng yêu từ những trang chữ, những hồn sách kia. Như những ai thèm mùi khói hương, từ những lư nhang, lò trầm chỗ chùa chiền. Những ai ly hương nhớ khói và mùi hương chỗ bàn thờ cúng tổ tiên nơi cố quốc.

Khói sách ấy bay lên là tụ hồn của núi đồi tre trúc, cỏ và nước, tiếng ca dao mẹ ru, tiếng lặng lẽ đêm mùa hè im vắng, em mãi chờ đây, "Anh sẽ về".

**

Từ những trang sách cổ tới những sách mới vừa xuất bản tươi màu còn thơm mùi giấy, dòng chữ ký tặng trân trọng ở trang đầu, những triện son tác giả, những lòng thành chung nhau, những trí tuệ thanh cao tinh túy, tất cả hóa thân ra những đám tro tàn. Đầy ngập đó đây những vết thương cháy nám trên đường phố, hiên nhà, công viên. Trong nắng, tro tàn bay lang thang hỏi nắng. Chiều mưa, những dòng nước buồn bã chảy trên ven đường róc rách một màu đen. Lợn cợn mặt nước những mẩu giấy nhỏ nhoi từ các trang sách cháy sót. Chúng bồng bềnh lang thang. Một chưa hóa kiếp. Những ngập ngừng vết thương thời thế.

**

Đã hơn tuần nay, mỗi chiều tối, Tôm đốt năm bảy trang sách tiểu thuyết, hoặc một mớ trang giấy của một tập san văn chương — phải là giấy có in chữ, không phải giấy trắng. Anh đốt. Rồi, rồi anh…ngửi khói. Chừng mê mẩn. Chừng ngỡ ngàng say đắm. Anh đốt, anh ngồi, anh ngửi. Anh mơ hồ, như một con thú nhỏ nhoi trong ánh trời hừng sót lúc núi rừng đã vào đêm. Ánh lửa soi hiu hắt phía bờ ngực. Ánh sáng cái bóng Tôm mờ soi trên vách tường phía sau. Tôi đứng xa nhìn, anh như trong một hang động hoang mờ. Tôi không dám bước tới, cái thế giới bí ẩn kia sẽ nuốt chửng tôi ư.

Tôi rùng mình, sao ứa nước mắt. Trong mớ trang sách tan tác tan tành lẫn tang thương được Tôm gom về đốt ngửi, có những sách tự điển; nhiều trang màu sắc đẹp đẽ hình Đức Trần Hưng Đạo, Nguyễn Trãi, Quang Trung; sách dạy nấu ăn, có hình đĩa gỏi gà, hình cái lẩu; có khi thấy hình thi sĩ Tản Đà khuôn mặt chữ điền, tóc hớt ngắn, rất chịu chơi.

Bấy giờ, những hồn sách điêu tàn, những bức tử số phận không một lời từ tạ ấy, đã hằng đêm ngày bao quanh Tôm. Anh như một nhà học giả, chung quanh là tài/tư liệu, nhưng đây không là những quyển sách sang trọng và nguyên vẹn trong những thư viện trang nghiêm, nơi vinh danh cái trí tuệ, văn hóa của loài người. Trên nền nhà một cậu bé, giữa dấu hiệu một thiên tài lẫn một gã khờ ngây, là những trang sách rời rã, bị bức thoát ra ngoài thân xác vốn nguyên lành, mới ngày hôm qua.

Cái đám "chữ nghĩa bại trận" chung quanh Tôm, trong khuya khoắt đáng lạnh người ấy, được Tôm tuần tự móc lên từng tờ, ngồi âm thầm đọc. Rồi lặng lẽ ngửi. *Anh phải lưu giữ cái kho tàng chữ nghĩa ấy, qua mùi. Những khói ấy có là vĩnh cửu khi tiếp cận máu người?*

Tôm âm thầm, Tôm tuần tự lượm nhặt, và đọc, rồi khói bay. Khói mệt mỏi, không muốn lên thinh không. Khói ốm o, rời rạc từ một mớ văn chương, vài trang triết học, mỹ thuật, một bản nhạc. Con khỉ ngửi. Con khỉ cô độc.

Thế giới cô quạnh đêm khuya của riêng Tôm, nhìn mà rùng mình. Trước mặt, chung quanh Tôm, bữa tiệc tàn, quỷ ma lộn xộn một mớ rau sống đổ thừa, đổ chung bừa bãi trên nền đất, không cần bát đĩa. Cho vào miệng một món gì ấy, một ít rau thơm, lại thêm một cọng hành. Tôm đọc từng tờ này sang tờ nọ, khuôn mặt, đương nhiên tai mắt mũi họng, dịch chuyển theo từng vui buồn gợi ra từ những nội dung ấy, qua chữ. Một lúc thẫn thờ. Một lúc hoang mang. Tôm chìm, đêm sâu. *Đêm Sàigòn im vắng cái xác chưa nhắm mắt, đang u hiển mong chờ. Chờ một ai thân yêu sẽ trở về vuốt mặt, êm xuôi.*

**

Tôm buồn bã nhìn ngọn đèn dầu khuya – điện thành phố đã bị cúp mấy đêm liền – lại ngơ ngác nhìn quanh, tai lắng nghe cái im vắng lạ thường ngoài phố đêm Sàigòn. Giấc ngủ của ai vừa thở vừa như chết. Giấc mơ khuya gỡ gặp nhau giữa thân này hồn nọ, trên lưng mỗi con người khốn khó lại phải cõng một người, cùng đi tìm nơi cấp cứu. Sàigòn bỗng lẻ loi và xiêu lệch. Tôm đốt thêm mấy trang sách. Rất thánh thiện, Tôm ngửi khói. Thuần thành như một Phật tử dâng hương. Nhắm mắt, nhắm mắt. Ngửi. Và ngửi. Tôm tắm rửa trong tro khói cái số phận chính mình.

Tôm bồng bềnh cái hiện thực xám ngắt tro bụi của hôm nay. Lửa khói kia bàng bạc mùi hương đọa lạc, nỗi oan từ chữ nghĩa nát tan hình hài.

Rồi những đêm rất dài, lây lất đêm âm dương tịch mịch của Tôm, đã dần dà hóa biến trong tôi. Tôi, con Cua bé nhỏ này đây, con Cua tê cóng của anh Tôm, nay đã lây bệnh Ngửi.

Nhưng trong tôi, khói hoạn nạn không còn bay, cái bay lãng đãng không lời. Mà khói nặng nề. Khói lê bước đó đây. Bước mỏi mê từ những con hẻm quanh co dẫn ra tới những đại lộ trung tâm thành phố, nơi có lần tôi nhìn thấy một chợ hoa bày biện rực màu mỗi cuối năm. Khói đau. Khói tiếc nhớ. Những âm vang khói chạm đất khi có khi không. Bàn chân khói, màu lửa than, thân hình khói luôn biến dạng. Máu trong tôi mê man những khói. Trái tim quê nhà bầm đời khói. Tôi có thể vuốt mặt, chặn dòng nước mắt khi khóc. Nhưng bất lực với những niềm đau âm u không rõ vết.

**

Tôm bị đuổi học. Anh nằm trong những danh sách rất dài, thành phần không được tới trường học. Ngoài cái tiêu chuẩn đương nhiên cách mạng dành cho con cái "Người bại trận", Tôm còn mang một cái tội khác. "Tôm thông minh xuất chúng" luôn rất nhiều thắc mắc, luôn phê phán điều sai trái. Vậy là "Có vấn đề về tư tưởng". Tôm cần phải vào trại cải huấn dài ngày.

Tội nghiệp Tôm, sau khi bị đuổi học, anh bắt đầu lẫn lộn giữa thực và mơ. Nhầm lẫn giữa cơn mưa có thật về sáng với trận hỏa hoạn người ta đốt cái nhà của cha mẹ mình trong ác mộng. Anh la thét trong bóng tối, lúc trời đang cơn mưa dữ bên ngoài, "Tôi cháy, cháy".

Quả là lúc năm giờ sáng trời có đổ cơn mưa lớn. Cơn mưa hiện thực đã trở thành ngọn lửa thiêu trong giấc ngủ về sáng của Tôm. Một lúc ngưng mưa, nơi đường phố dẫn tới công viên đã râm ran tiếng hát của một bọn thiếu niên. Chúng đi từng đoàn, có nhịp trống, họa cùng tiếng hát. Tôi và Tôm không là thành phần *"Tương lai của tổ quốc"* trong đó. Từ nay chúng tôi đi ngoài dòng đời. Hừng đông tỏa sáng ngoài kia, không phải để sưởi ấm chúng tôi.

III

Cha ăn tiệc cúng ngày Tết Đoan Ngọ mồng Năm tháng Năm buổi trưa, cùng mẹ và hai chúng tôi. Mẹ buồn lắm. Một giờ chiều cha mang một cái xắc, trong đó mẹ bỏ vài bộ áo quần, một ít thuốc men, để cha vào trại tập trung. Trước khi rời nhà, dù buổi cúng trưa đã xong, cha vẫn thắp thêm ba cây nhang, đứng trước bàn thờ, ông bái lạy ông bà. Cha bảo, ba nén nhang này là tỏ lòng mang ơn, và để tạ từ tổ tiên.

Cha tôi đi. Rồi, các chú các bác tôi, những bại binh bất đắc dĩ, lần lượt vào các trại tù, tận sâu trong núi rừng. Trong rất nhiều năm dài, cũng như mẹ tôi, các dì các cô của tôi, ai nấy sống lẻ loi, không có người chồng, không người cha thân yêu trong nhà. Ai nấy sợ hãi và đợi chờ. Ai nấy tự xoay xở cơm gạo để mẹ con sống cùng nhau qua ngày. Một cái gì đó chẳng rõ bóng hình trong đợi chờ. Một cái gì chập chờn lơ lửng, có thể chết thật hoặc chết hụt. Không rõ cái hoang mang. Chưa thể đặt tên nỗi chết. Đợi và Chờ.

Khi cha tôi mang cái xắc tần ngần bước ra khỏi cửa nhà, thuở ấy, tôi vẫn nghĩ, "Rồi cha sẽ về". Tôi yêu lắm, khi cha tôi bỏ cái xắc một bên, ông bế tôi lên, cười, và hôn vào má của tôi. Chẳng ai nghĩ đó là cái hôn để mãi mãi chia biệt.

**

Từ trong nhà tù cha tôi nhắn tin cho mẹ, bảo là hãy tìm mọi cách bỏ nước ra đi. Ông nguyện chết một mình, mẹ con muốn tạ ơn ông là phải bằng cách Ra Đi.

Mẹ tôi đóng tiền vàng, để người ta tổ chức cuộc "ra biển", nhưng bốn lần đều bị bắt lại. Sau cùng, mẹ tính kế mỗi mình anh Tôm ra đi. "Nếu lọt, tính sau".

Mẹ đưa anh, còn tuổi vị thành niên, đến một xóm đạo tại Bà Rịa, ở nhà một người bạn rất thân thiết của mẹ. Xóm đạo gần biển, đã rất nhiều cuộc ra đi thành công, gọn nhẹ. Hầu hết bà con công giáo nơi này là từ miền Bắc di cư vào Nam, từ hai mươi năm trước.

Mẹ may cho Tôm một cái quần xà lỏn [quần đùi] bằng loại vải dày, bền chắc. Ngay chỗ lai quần mẹ thêu chỉ màu đen tên tuổi anh Tôm, thêm tên cha mẹ. Mẹ dặn dò Tôm nhiều lần, "Con phải mặc cái quần này suốt hành trình. Nó nhắc nhở nếu lúc con quên những chi tiết cần thiết khi cung khai lý lịch, hoặc liên lạc về sau với gia đình".

Tiền vàng mẹ đã trút hầu bao cho những chuyến đi bất thành, bây giờ cạn láng, không đủ tiền đóng góp để đi cả nhà ra đi. Đành cam tâm, đau xé ruột gan để thằng bé Tôm đi một mình.

**

Tôi có ngồi cùng mẹ buổi chiều tiến đưa anh Tôm. Chỗ bực thềm giáo đường, tôi và anh không nói được gì. Tôm đã sợ hãi cái thế gian mình được sinh ra. Anh không có mong ước như mọi người, những hy vọng tươi sáng về một cuộc sống hạnh phúc, bên kia biển.

Nắng vàng rừng thông xa phía kia. Tôi đã nghe tiếng sóng biển. Chúng tôi nhớ con nhồng, những vỏ sò.

Cuộc hải hành ấy sau đó, một tháng, rồi một năm, không một ai gởi một tin lành về quê nhà. Mấy năm sau, có một người trở lại. Chị ấy nói rõ, chị nhớ lúc nổi trôi trên biển, lúc đầu chị rất gần cậu bé đáng yêu ấy, cậu bé ra đi chỉ bận mỗi cái quần đùi. Chị ngậm ngùi nói *"Trôi dạt mỗi phần một nơi, một ít được tàu biển cứu, một mớ có thể được vào bờ. Ông trời không tàn nhẫn, tiêu diệt hết đâu"*.

Nhất định anh Tôm của tôi đã đến được một bãi bờ nào đó. Có ngày anh em sẽ gặp lại nhau. Tôi vẫn đợi chờ. Mỗi buổi chiều, khi còn chút nắng hiu hắt trước hiên nhà, tôi vẫn mơ hoặc Tôm còn bơi trên biển. Chiều vàng tênh phương này chắc là đã nhiều khói phía biển sóng bên kia.

Tôm đã mang khói đi. Đêm nay, tôi còn một món của-cải-chung với anh. Đó là tấm chăn cũ, anh em đắp chung, ngủ chung giường thuở tôi lên năm.

Tôi hôn tấm chăn, như Tôm ngửi khói sách.

Little Saigon 2-2018.

MỐI TÌNH THỜI GIÓ CHƯỚNG

huyện kể từ các Lão Ông:

Một thời gian ngắn trước khi hiệp định Geneve 20-7-1954 được ký kết để chia cắt lãnh thổ Việt Nam ra làm hai, trong những vùng Kháng chiến do Việt Minh kiểm soát, chính quyền Đỏ đã có một chủ trương, "Cắm gốc rễ lại miền Nam, nhân rộng lực lượng, để tái hoạt động sau này".

Đó là, trước khi rút đi, họ tìm cách lưu lại càng nhiều càng tốt hạt giống Đỏ, hết mình nhân rộng sự liên hệ mạng lưới chính trị, thông qua tình cảm vợ chồng, gia quyến trong dân chúng Miền Nam.

Đa phần bọn tuổi trẻ độc thân đều phải cưới vợ trước khi rời Miền Nam để tập kết ra Miền Bắc. Những cô dâu, ngay sau lễ cưới, đều phải ở lại Miền Nam.

Lễ cưới, thực hiện vội vã. Những ráp nối vợ chồng phần nhiều không thông qua tình yêu, hoặc chỉ một người yêu, một kia là tình cờ, bất đắc dĩ.

Biết bao thanh nữ, chỉ sống chung với một người đàn ông đôi tuần, rồi trở thành một phụ nữ góa chồng.

Một số, với cái bào thai, về sau phải một mình nuôi con. Đứa con tới tuổi trưởng thành vẫn chưa biết mặt người cha.

Cuộc nội chiến Bắc-Nam kéo dài hai mươi mốt năm. Cuộc phân ly chồng Bắc vợ Nam giữa những người thân yêu cũng ngần ấy năm.

Người con chào đời tại Miền Nam, nay có thể là một công chức, một người lính chỗ trận địa, nhưng cha của họ đang là một kẻ thù bên kia chiến tuyến.

Người vợ bao năm sống cô đơn, cơ cực nuôi con, tuân thủ luật pháp của Miền Nam, nhưng người chồng đang là một Kẻ Bí mật. Kẻ đang còn ở Miền Bắc? Đã tiến vào Trường Sơn? Thậm chí đang có mặt trong những trận chiến đẫm máu, trên những đường phố Miền Nam.

Bi kịch nào cũng có thể xảy ra.

Mỗi số phận đang chờ "Giờ phán xét" của buổi "tương phùng", may ra.

I

"Mỗi con sông đều có một nơi chốn để chảy về: biển, hồ hoặc con sông lớn hơn chính nó. Vậy mà mỗi lần đứng trước một dòng sông, ta hoài nghi tự hỏi, Sông chảy về đâu? Đời ta là dòng chảy về chỗ kết thúc. Vậy mà ta vẫn luôn tự vấn, Đâu là một kết thúc?"

Trên đây là cái triết lý anh Lương thường nói với tôi. Tôi cười mỗi khi nghe anh nói, bởi cách lý luận giá cũng khá bình dân, hơi hướng cải lương, sáo ngữ.

Anh Lương là thế hệ trưởng thành từ thời thuộc Pháp. Lúc nước nhà thoát khỏi ách thống trị của người Pháp, 1945, anh vừa hai mươi tuổi, tốt nghiệp bằng tiểu học, và chưa qua bậc trung học. Trường xa, học trễ tuổi.

Thực dân Pháp hạn chế nền giáo dục đối với các bản dân thuộc địa. Mỗi quận huyện, thuở ấy, chỉ có một trường tiểu học. Một tỉnh thuộc loại tỉnh lớn mới có một trường trung học. Học trò ở các miền Nam Ngãi, Bình Định, Phú Yên, phải một lộ trình trên nhiều trăm cây số mới ra tới Huế để học trường Quốc Học danh giá. Cho tới khi người Pháp rút khỏi toàn Cõi Đông Dương – Việt, Miên, Lào – toàn bộ miền Trung Việt, từ Thanh Hóa vào tận Phan Thiết vẫn chưa có một trường Đại học nào.

Một thanh niên thời ấy, đỗ được một mảnh bằng tiểu học [primaire] đã được xem là đáng quý trọng trong tộc họ. Khi lễ lạc hội hè chỗ đình làng, vị tân khoa này được đội khăn đóng, bận áo dài, "ngồi bàn đợi ăn", khỏi phải làm công việc tạp dịch, như các trai làng.

Chương trình dạy, học, nói, đa phần Pháp ngữ, xem đó là tiếng của mẫu quốc. Xong bậc tiểu học các thanh niên thế hệ này đã nói được tiếng Pháp. Có thể ra làm công chức, trở thành ông thông ông phán về sau.

**

Năm 1946, lịch sử đã thay áo, lớp tuổi trẻ này, trong đó có anh Lương, đã lên đường tham gia kháng chiến. Rồi nổi trôi theo cuộc trường kỳ binh biến chín năm; rồi hòa bình 1954 chia cắt đất nước; lại hai mươi mốt năm nội chiến Bắc-Nam. Tận, 1975 Lương mới có dịp *"Tiến chiếm Miền Nam"*, được gặp lại cảnh cũ người xưa. Bao năm lửa đạn, những đồi sim làng quê đã không còn. Những khoảng rừng còi hãy còn dấu xích xe tăng, lãng đãng những hố bom.

Chỗ bà con, vừa qua, anh có mời tôi dùng bữa cơm tại nhà. Tôi hiểu có thể nhân đó, cũng như bao người "Kách mệnh về già", Lương sẽ ít nhiều than vãn, biện bạch cho cái quá khứ riêng mình. Những "gia vị" của tuổi già, thường là hối tiếc, những thương tích tâm hồn.

Mời là bữa cơm, tới nơi thấy là một bữa tiệc khá thịnh soạn, đông người. Bàn có hoa tươi, bia lon, một chai rượu ngoại. Thực đơn có món khai vị, các món chính nhờ nhà hàng nấu sẵn mang tới. Tôi ngạc nhiên, bởi lúc này đời sống chung của dân chúng Miền Nam đang rất khó khăn. Rồi lại sực tỉnh, ồ, anh là kẻ thắng cuộc mà.

Tôi đùa:

- Bữa tiệc có vẻ của một ông quan nặng túi.

Anh Lương phân trần:

- *Tớ* làm bữa tiệc này là để nhớ đến bà Bạc. Chú không nhớ chị Bạc của chú trong đám cưới với *tớ* năm 1954 sao?

Một thoáng, tôi nhận ra anh đã chuyển cái từ "tôi", một cách cách xưng hô của người miền Trung, ra "tớ". Từ "tôi" sang "tớ", đã hao phí mất một nửa đời người.

Trong lúc đợi thêm bạn bè của anh, tôi ngồi trong nhà, chỗ phòng khách, uống một cốc rượu được mời trước, suy nghĩ mông lung về câu chuyện đã úa vàng, đã xa hút nhiều chục năm về trước, mà chị Bạc, vợ anh Lương thuở kia, là nhân vật chính.

II

Bác Chinh đặt tên cho cô gái út là Bạc. Cha tôi nhìn con búp bê kháu khỉnh tập bò, nói với bác Chinh, *"Con gái mà mang cái tên Bạc là không tốt lắm đâu. Bể dâu là mênh mông kiếp bạc."*

Năm mười tám tuổi chị Bạc trổ mã, đẹp người đẹp nết, là hoa khôi trong vùng. Chị may mắn hưởng một nền giáo dục kỹ lưỡng từ một gia đình nhiều đời có học. Chị ít nói, chịu đựng, giàu lòng thương người. Đặc biệt, là phái nữ mà chị ít nước mắt.

Thời kháng chiến, đời sống thiếu thốn, rất khổ cực. Con đường xuyên Việt bị đào phá để ngăn đường tiến quân của Pháp, đêm ngày không một bóng xe qua. Dân chúng không có cả xe đạp, mọi sinh hoạt đi lại đều cuốc bộ, cả những đoạn đường dài ba bốn chục cây số. Phần lớn đi chân trần. Không có giày da. Đúng là chân cứng đá mềm.

Một mớ vỏ ruột xe hơi được cắt ra làm những đôi dép râu. Nhưng vỏ ruột xe hơi tìm đâu ra. Dân chúng, chỉ loại nào "có máu mặt" mới vỏ được một đôi dép. Giày da? Coi chừng chỉ buôn lậu, hoặc "quan hệ" với vùng thuộc Pháp mới có những ngữ ấy.

Thiếu nữ như chị Bạc, ngay trong ngày xuân, buổi lễ hội, cũng chỉ vận áo vải thô nhuộm màu chàm, màu tro. Thuở ấy, không ai bận áo trắng, lấp lánh dưới ánh nắng là rất dễ làm mục tiêu ăn đạn từ máy bay. Áo mới, vải trắng tinh cũng phải nhúng vào tro mà nhuộm. Tro, là tro bếp. Có khi nhuộm qua bùn đen, rất loãng, là ra màu xám.

Chị Bạc con nhà phú nông, trước kia không phải cực nhọc vì việc đồng áng, nhưng từ khi phân chia giai cấp, 1952, chị cùng mọi người trong nhà phải ra đồng ruộng cày cấy, để khỏi bị liệt vào hàng địa chủ. Với chị, sự lam lũ xem ra bình thường của con nhà nông đã trở nên rất khó khăn, trên đồi khoai, dưới ruộng nước mùa. Người thiếu nữ phải biết mộng mơ chứ. Nhưng cái tâm hồn thanh xuân, thời buổi ấy, chẳng lúc nào thơ thới, luôn là bãi chứa những lo toan, bất trắc, bao là những vụn vặt tầm thường.

Năm mười chín, không hiểu chị đã biết yêu ai chưa, nhưng một đêm nọ, bất ngờ gia đình làm đám cưới chị Bạc với anh Lương, lúc này Lương đã là một cán bộ.

**

Đám cưới thời khói lửa, chỉ là một nghi thức cho có lệ với làng xóm họ hàng, công khai một ráp nối gái trai. Lễ lạc rất đơn sơ. Không nhà hàng, chẳng phụ rể phụ dâu, không áo cưới, chẳng xe hoa đưa đón.

Để tránh "đội đầu" trái bom từ máy bay nện xuống, mọi sinh hoạt đông đúc như hội họp, chợ búa, cả lễ cưới của chị Bạc cũng vào ban đêm. Đêm ấy trăng rằm. Buổi chiều máy bay Pháp oanh tạc dữ dội gần đó – có thể đây là trận bom cuối cùng, trước khi hiệp định đình chiến được ký kết năm bảy tuần.

Mãi lúc tối sẫm, chợ Cũ Tam kỳ còn những đám khói bốc cao. Trăng cứ sáng, nhà cứ cháy. Người này chạy ra bờ sông gánh nước về tưới, kẻ kia chữa cháy là những chiếc gàu mo, kéo lên hối hả từ giếng nước mùa hè, gần như khô kiệt.

Một đám người thương tích ngồi rải rác, chờ cho máu từ từ đông cục, chờ thịt da bớt nhức buốt. Rất khan hiếm thuốc tiệt trùng, băng bông, không thuốc trụ sinh. Những vết thương nhẹ thường được chữa trị bằng cách đắp lá rừng, bôi vôi, hoặc trật cu đái trực tiếp lên, để rửa sạch, tan máu.

Đất nước vừa thoát khỏi cuộc u mê là bản dân nô lệ tám mươi năm. Gần với núi rừng cứ tin núi rừng là nơi chốn thần linh. Lá, rễ cây là thuốc tiên. Ông táo bình vôi cũng gần gũi rất mực. Trẻ con bị bịnh quai bị, má, cổ sưng vù. Cứ dùng vôi ăn trầu pha với bù hóng [một loại khói đen lâu ngày kết tụ trên giàn bếp], bôi lên chỗ sưng tấy, dăm ba ngày là khỏi bệnh. Chính tôi thuở bé, cũng được mẹ tôi chữa bịnh quai bị, duy nhất, là cách này. Lại tránh được di chứng bị teo tinh hoàn, hòn giái ấy mà!

Dân quê chúng tôi sống quanh những miếu đền linh thiêng, chừng thánh thần có truyền đạt, đã nhất mực tin rằng nước đái có "khả năng sát trùng''; trong "quá trình chữa trị'' nước đái làm cho tan máu bầm, bớt đau nhức.

Lại như khói thuốc lá diệt được vi trùng lao phổi. Có thí nghiệm rõ ràng. Cứ treo một giống gì như cá khô lên giàn bếp, nhờ khói, chẳng có con vi trùng vi khuẩn nào, dù không lồ tới đâu, cũng không thể làm thiu thối, phân hủy được cá đã treo. Lá phổi một anh người, nếu thường trực đặt trên giàn khói thuốc lá, vi trùng lao sẽ bị tận diệt.

**

Sau buổi chiều lửa bom, chị Bạc mặc chiếc áo trắng *tay phồng* – một kiểu áo thịnh hành của các cô gái thời ở liên khu. Để góp vui, đám cưới có một ban nhạc, gồm những anh em quen biết. Đây là thời thiếu thốn trăm bề, nhưng không thiếu tiếng đàn ca. Thanh niên thiếu nữ hát khi hội họp, khi trên đường đi phiên chợ khuya, trong đình làng, đêm trăng sáng mùa hạ, cả đêm tối trời trong cái hiu hắt lạnh mùa. Hát cho đỡ đói.

Đám cưới là tiêu biểu cho sự nghèo nàn. Bánh vuông bánh tròn/méo toàn làm bằng bột khoai, bột bắp, bột sắn pha đường đen Quảng Ngãi. Bánh để trần hoặc gói bằng lá chuối, là dứa; hoặc được nướng bằng than bếp lò, lúc ăn còn nghe mùi rơm khói.

Hai giờ sáng đám cưới xong. Mãi lúc cái sao Trường canh rờ rỡ giữa đỉnh trời, có người về lo sắm sửa đi chợ, có người chuẩn bị đánh trâu ra đồng. Cày ruộng tới lúc mặt trời lên thì thôi cày, cho trâu bò vào rừng/rẫy, tránh máy bay oanh tạc.

Tôi đánh đàn trong ban nhạc góp vui cho lễ cưới. Trăng khuya sáng tỏa. Lúc trở về, khi băng qua một khu vườn hoang cỏ cây rậm rạp, chợt nghe có tiếng con Ngôi rên rỉ. Rừng đêm phía sau làng gió nổi. Con Ngôi bị rắn độc cắn.

Mặt nó tái cái cách thần chết đang dụ dỗ. Cây sầu đông phủ bóng trên một khoảng vườn trắng mờ. Để ngăn chất độc ngấm qua chỗ khác và giảm chảy máu, chú Thực lấy cái dây thừng loại nhỏ bó thật chặt, ngay trên đùi vế con Ngôi, quanh vết rắn cắn.

Chị Bạc hoảng hốt bế con Ngôi vào nhà. Máu từ vết thương Ngôi thấm trên cánh tay áo cưới của chị. Không là áo dài, chỉ chiếc áo ngắn, nhuộm màu tro. Lễ cưới, đêm tân hôn của chị Bạc, là như thế.

III

Sau tiệc cưới không bao ngày, anh Lương ra đi. Nói rằng, Lên đường chuẩn bị tập kết ra Bắc theo hiệp định Geneve.

Những đồi rừng xanh ngắt những lá. Đập nước Đồng Dâu hàng dương xanh rì vào mùa nước dâng.

Một buổi sáng, chị Bạc tiễn Lương lên đường. Anh theo đường bộ vào Bình Định, vùng tập trung để chờ xuống tàu thủy ra Bắc. Chị tặng anh một chiếc khăn tay có thêu hai cái tên Lương-Bạc. Đường chỉ thêu nắn nót hình trái tim màu đỏ nơi góc khăn.

Vải khăn loại thô thiển từ máy dệt tay, vùng thôn dã. Những loại vải nhỏ sợi, đẹp đẽ, bóng láng mang các nhãn hiệu Thượng-Hải, Bom-Bay, chỉ có ở những vùng Quốc gia – có mặt cả quân đội Pháp.

Quà tặng quê mùa này thịnh hành trong thời kháng chiến. Thời thiếu nữ bôi dầu dừa lên tóc cho tóc mượt, các mẹ gội đầu bằng nước bồ kết. Che mưa bão bằng áo tơi chằm lá, chưa hề ai thấy một cái áo mưa ni lông [nhựa]. Đánh răng, bàn chải là miếng xác cau khô với bột muối mặn. Xà phòng liên khu V dùng vài ngày là chảy ra thành một loại hồ sền sệt. Cả làng xóm mỗi vài tháng mới nghe được một bản tin, từ cái radio gọi là "chiến lợi phẩm cao cấp", do cán bộ Tiêu ghé thăm làng. Mà hình như pin yếu hay cái máy bị cảm cúm sao đó, nó phát âm vừa nhỏ vừa như người trúng gió khản tiếng.

Lúc chia tay, trên bãi đất đầy rêu trong lòng tháp Chàm Hòa Mỹ, anh Lương bảo chị tặng luôn cho anh chiếc áo ấm chị đang mặc, *"Để giữ cái hơi, nhớ cái mùi của em trên đất Bắc."* Bầu trời nhiều mây. Gió se lạnh. Bầy cò trắng quen thuộc vẫn vần vũ ở bãi nước bên kia cánh đồng nhỏ. Chị Bạc nắm bàn tay Lương rất chặt. Chị không hề khóc như các cô gái khác. Lương nói:

- Hai năm nữa anh về. Hãy đợi!

**

"Hai năm nữa anh về." Ấy là cái thời, vào buổi chiều cha tôi từ thị trấn Hà Lam trở lại nhà. Vừa tới cửa, chưa kịp tháo cái xắc mang vai ông la lớn: "Hiệp định Geneve ký kết rồi. Hòa bình rồi, hết chiến chinh rồi."

Cha tôi, con người chín năm lửa đạn, khuôn mặt luôn thiếu thịt, chỉ đôi mắt sáng quắc, nụ cười luôn là thể hiện nỗi đời bâng khuâng.

Xóm làng cuối mùa chinh chiến, nhận cái tin ngưng chiến với nỗi mừng chưa tắt, mọi người chợt hiểu ra một điều chẳng vui:

"Ngưng tiếng súng, chia cắt đất nước ra làm hai, sông Bến Hải là giới tuyến giữa hai bên, là chuyện có thực. Hai thế lực đối kháng tập kết về mỗi miền, để chờ một Ngày Thống Nhất Đất Nước, hai miền Băc-Nam sẽ hợp một. Trên văn bản ký kết là hai năm sau. Nhưng mọi người ai cũng biết, cứ xung khắc này, khó mà hợp nhất trong một giải pháp hòa bình.

Từ nay, phân ly sẽ còn lâu dài, là không thể chối từ. Một toàn diện đổi trắng thay đen trong xã hội mới, giữa lòng người với nhau sẽ là một hiện tình. Đứa con ra đi, người chồng tình nghĩa ra đi, khi trở lại, nếu họ muốn chiến thắng bằng súng đạn, họ sẽ là kẻ ngoại xâm".

IV

Thời chiến tranh Việt Pháp, lãnh thổ Việt Nam hình da beo. Một tỉnh có khi chia hai, vùng Việt Minh, vùng Tự do. Nay rạch ròi, miền Bắc là Cộng sản; Miền Nam, Cộng hòa. Ai về hẳn phía nấy.

Sự phân chia này để ra một thời kỳ mới. Một toàn diện đổi trắng thay đen trong xã hội, nơi các vùng *"Bên này rút đi, phía kia đến tiếp thu".*

Cả một vùng dân cư, hôm kia Cờ-đỏ-sao-vàng, hôm nay hóa ra một cõi trời phấp phới Cờ-vàng-ba-sọc-đỏ.

Hơn tháng trước, quanh đây, những người lính ốm o, trang phục đơn sơ; không có giày mang, chỉ là đôi dép; nón trên đầu luôn cắm chùm lá rừng ngụy trang; ăn khoai luộc chấm muối; áo quần bận trên người hai ba hôm mới giặt nước giếng, không xà phòng; để giữ bí mật trong quân kháng chiến, sĩ quan không ai mang cấp bậc, vai áo trần trụi như người lính bình thường.

Hôm nay quân đội Quốc gia đã có mặt. Sao mà, quân phục họ sang trọng, quân hàm trên vai bóng loáng, hàng ngũ bài bản, sớm mai nghe tiếng kèn "mu-díc" đánh thức nổi vang trong đồn; sáng điểm tâm bánh mì pa-tê, xúc xích, mùi cà phê thơm lừng.

Chín năm dân dã mộc mạc, chỉ với mùi hôi của nhau, mùi rơm rạ, lá khô, mùi trâu mùi bò gà heo vườn mẹ, may lắm cái mùi hoa rừng, cái đạm bạc đồi sim. Cả thảy đám lỗ mũi dân quê chừng câm điếc với loại "mùi khoa học". Nay, trong nắng trong lành, hơi làn gió quê đã thoảng những mùi quyến rũ. Bọn lỗ tai lỗ mũi này chừng bừng tỉnh. Rất thính, nhạy vô cùng với mùi thơm, tiếng lạ.

Có người xức chút dầu thơm, thoa cục xà phòng thơm khi tắm chỗ bờ giếng, là theo gió, đầu làng cuối xóm đã nghe mùi. Có cô gái đã ngửi mê mẩn chiếc khăn thoảng mùi nước hoa. Có chị chạy từ bờ giếng nước, tới chỗ "các ổng" uống cà phê để... ngửi cái mùi thơm lạ. Cả một thế gian chênh vênh cái thần thái, bâng khuâng cuộc đổi đời.

**

Ông thiếu úy Phì vào chiều hôm, ngồi bên cái radio, một chai la-de [bia], môi phì phà điếu thuốc, mở đài Phát thanh Pháp Á. Một bọn người quê mùa *"Sống trong vùng bị bao vây"* bấy nay đói tin; từ vườn chiều bên kia, dù âm thanh đã xa tít, nhưng ai nấy dừng mọi hoạt động của tim gan phèo phổi, để tai lắng nghe bản tin. Giọng người đọc tin êm đềm, nhẹ thoảng trong gió chiều.

Qua đài Bá âm BBC tận bên Anh quốc, ai nấy biết một thế giới bên ngoài ăn ngủ ra sao, rất tỉnh táo hiểu rằng từ nay mình đã, đích thực có hai cái lỗ tai của một con người. Rõ ràng còn cái lỗ miệng của một con người. Có thật, và cầm chắc, bọn ấy, bọn tai mắt mũi họng ấy, rất hạnh phúc, vì từ nay, "Được tự do nghe tự do nói".

Nhưng trần gian còn những đổi đời cũng rất dễ... "Chết mẹ mày". Đến con cọp trên non cũng biết lạnh xương sống. Mới tuần qua, cả làng xã, cả bọn con nít trần truồng, lão già thở dốc, đều lắm mồm: *Bác Hồ kính yêu, đêm qua cháu mơ thấy Bác"*, nay Quốc gia rồi, hả mồm ca ngợi cái lão già mắc dịch, là a-lê, là tức khắc đút cái cần cổ vào sợi dây thừng, *"Tao treo cổ mày lên xà nhà"*.

**

Buổi giao thời.

Quốc gia tự do, quốc gia có nhân từ, bác ái, mở lòng, nhưng Quốc gia cũng thừa sự tàn nhẫn tuyệt đối, dành cho những ai không là "Quốc gia" với mình.

Ác nhơn, cái chính kiến nó bèo bọt nổi trôi theo phận người, là vi trùng lớp lớp trong não thùy, nó ăn dần xương máu. Bên mô cũng rứa. Là triền miên bao năm, trong cộng-đồng-người đó đây, cuộc sống gọi rằng mỗi bên ấy, chẳng thấy đâu một giống nòi thuần nhất.

Lịch sử sao oái ăm! Trong cõi Không-đội-trời-chung ấy, năm chầy tháng chẵn, từ phố thị tới làng quê, luôn là một xã hội, ít nhiều, lẫn lộn Xôi với Đậu. Một thằng người, hai mắt toàn đỏ huyết. Một anh hiền hòa tươi sáng, hai con mắt vàng ròng. Cùng một vùng thôn dã, lũy tre làng. Dưới chung một ánh đèn phố thị. Lại một lũ nửa nọ nửa kia, khuôn mặt một con mắt này Nam, con kia Bắc; nhìn gà hóa cuốc. Một bọn lé-tư-tưởng.

**

Thế rồi, lịch sử đời kiếp, hóa là một xã hội, có khi, phải bất đắc dĩ sống chung chạ. "Nào cạn ly, thân ái". Hóa ra anh Quốc gia mời nhầm *anh-giả-dạng-quốc-gia*. Miền miền, làng xóm, nhà nhà, đã âm thầm tạo ra một giống-nòi-xôi-đậu.

Dù đi khắp thế gian trầm luân vẫn, hễ có xôi, là có đậu. Chừng Mẹ Âu Cơ đã nấu cho con cháu một nồi xôi hoang mang, hoang mị như thế.

Cho dù là từ biệt quê cha mả tổ mà đi, cầm cái oán hờn làm muôn thuở, đến một nơi gọi rằng Đất Hứa trong lành. Cây ươm mầm trong vườn đã trổ trái. Cỏ xanh vàng đã qua bao đời cỏ. Sự trà trộn, lót ổ là khó loại trừ. Vẫn lén lút cặn lắng đâu đây. Như chí rận trong người. Như cánh đồng xanh lúa, đã nham nhở vài đám sâu rầy. Có khi sâu rầy lột sạch màu xanh một cánh đồng.

Thì ra, trong gió ngàn nắng mai, thỉnh thoảng ta nghe, một câu thơ cà chớn để vịnh cái sự đời, *"Xôi đi đậu cũng theo cùng / xôi xôi đậu đậu khó chung một trời"*

Nghịch lý đeo đẳng. Oan khiên là phải trả như nợ nần. Tội lỗi có khi vô hình, mà cùm gông là luôn có thật.

V

Có lẽ hôm lên đường ra Bắc, Lương không nghĩ rằng chị Bạc đã có thai, mang giọt tinh huyết của mình. Tất cả, một vội vã, bất ngờ. *Một thi hành cho hoàn chỉnh chính sách nhà nước đã quy hoạch.*

Hai năm đã trôi qua. Không có hiệp thương như trong hiệp ước nghị hòa. Năm năm. Mười năm. Chị Bạc tròn ba mươi. Chị đặt tên thằng nhỏ con của Lương là Vọng. Một Nỗi Chờ. Chị vẫn sống mỗi mình, dù bao nhiêu người săn đuổi, tỏ tình.

Chỉ vừa năm năm sau cuộc chiến tranh Việt-Pháp, Miền Nam, chế độ Cộng Hòa, đã mau chóng ổn định, dân tình hiền hòa, xã hội phát triển mạnh mẽ. Những tàn phá, hủy hoại từ hậu quả chiến tranh, đã mau chóng được phục dựng. Đường sá cầu cống, nhà thờ đình chùa, đến những dinh thự, công trình mỹ thuật đã được trùng tu, phục dựng như xưa, hoặc tốt đẹp hơn xưa.

Trong khí hậu an bình, thấy chị Bạc còn rất trẻ, bà con muốn chị Bạc "lấy chồng". *Em ạ, đám cưới kia của em, cũng như bao cô gái, chỉ là chúng ta bị giăng*

*cái bẫy. Chỉ là những con chim trong lồng. Người khóa
cửa lồng đã /đang ở tận phương Bắc, biết thuở nào về.*

Có những quan chức muốn đến với chị Bạc. Có
rất nhiều quyến rũ, và đương nhiên chị cũng thực tình
muốn được yêu thương. Nhưng chị vẫn một mình. Chị
hiểu, *"Tôi đã có Vọng."*

**

Vọng khá khôi ngô, cao lớn, học rất giỏi. Chị dạy con
có phép tắc, mẫu mực, nên Vọng có một cái nhìn về
đời sống khá rành mạch, can đảm và chịu đựng trong
hoàn cảnh côi cút. Càng lớn khôn Vọng hiểu rằng anh
đang thụ hưởng cái chữ nghĩa, văn hóa, lý tưởng rất
thù nghịch, trái ngược với những gì cha của anh đang
lấy nó làm lý tưởng sống, để, "Tiến về Nam". Vọng
hiểu rằng anh đang phải hòa đồng trong một xã hội
đang lên cò súng để truy sát tìm diệt người cha tên
Lương.

Vọng học xong trung học chị Bạc cho con vào đại học,
lo sao cho con được hoãn dịch. Chị tìm cách trì hoãn
việc vào lính của Vọng. Chị sợ trận mạc, nơi cha con
có khi sẽ gặp nhau.

"Những người cùng cốt nhục đều phải giết nhau để
tìm thấy Con Đường *cho riêng mình."*

Chị Bạc hiểu rằng không thể có một tái ngộ nào
êm đềm trong thế sự này, giữa cha con, bằng cái bắt
tay thân ái, bằng ngôn ngữ giao tình cho một hòa hợp.

Sao mà buồn vậy chị. Buồn quá vậy em. Nỗi buồn hiện hình là máu trong trận công đồn đêm qua.

Thỉnh thoảng chị Bạc về thăm quê. Chị một mình lên đồi xưa. Một mình trong nắng quê nhà. Man mác rừng sim Nổng Ông Tào. Sông Đồng Dâu dưới kia chìm trong những hàng dương chiều. Chị Bạc rất nhớ. Cái nhớ là mây lơ lửng trên kia.

Chị ngồi bãi cỏ. Mông lung là những phiên chợ đêm thời kháng chiến, dĩ vãng xôn xao tiếng người, loang thoáng ngọn đèn bão; ngày tản cư, lúc vượt qua cánh đồng trống chợt thấy xa kia là ánh hỏa châu, hướng Thanh Ly, Trà Nhiêu, những con mắt thần đêm. Quân Pháp đã tấn công tới đó rồi.

Chị nhớ lắm những ngày tản cư. Buổi chiều mẹ cõng chị đi bộ qua đường đèo Tư Yên, cơn mưa núi mù tăm. Nhớ căn nhà tranh nhỏ nhoi dưới chân núi Phụng. Buổi sáng thứ giấc cùng sương núi, đường làng còn dấu chân con heo rừng. Từ triền núi cao vùng tản cư, trưa trưa nhìn về vùng trung du, những chiếc máy bay oanh tạc, trong nắng xa, những đám khói nhà đang cháy. Quê hương đâu có mênh mông, nỗi đau đang rất gần nhau.

Chị thả bộ một mình trên đồi. Mộ ông cố của mình đây. Chỉ ngồi chỗ thành mộ đá ong. Đá ong nâu đen màu tháp Chàm. Gió nồm đang thổi. Có mây trên kia. Hoa dại, đồi vắng. *Có thực là tôi không cần một người tình mới, vì đã lưu giữ trong tôi một anh Lương? Hay tôi nên sống mỗi mình cho trọn tình, mẹ chiếc con côi với đứa con, là Vọng.* Ranh giới này bắt đầu nhòa dần. Càng năm tháng càng mất dấu. Như cái giới tuyến 17, cầu Hiền Lương, sông Bến Hải, chia đôi Nam-Bắc, càng ngày càng mất ý nghĩa chia đôi. Nhân danh một phía này, để một phía kia đang dần chết.

Chiều hôm. Chị muốn quay về. Nỗi nhớ bảo chỉ ở lại. Lâu mới về thăm quê. Hãy ngồi lại trên đồi này. Hãy ngồi xuống đây. Cùng ai đây?

Càng về tối mùi hoa giỏ giẻ cành thơm. Màu đỏ rực của hoa bông trang càng hóa ra cái phận người bé mọn đang rực cháy. Gió rừng chiều hắt hiu. Chỉ Nhớ những ngày cha mẹ từ núi rừng tản cư trở lại làng cũ. Căn nhà bỏ hoang từ nhiều năm tháng, vườn tược đầy cỏ dại lá vàng. Buổi chiều mẹ đốt đống lá khô. Khói bay ngơ ngác. Tuổi thơ trống trải. Đồng quê chỉ những đàn cò trắng, nước mùa đông trắng. Mỗi lòng người, như chị chiều nay, một vết thương không rõ thương tích. *Vì sao đau. Vì sao buồn tủi. Anh Lương ở đâu trong ấy.* Rồi chị lại kinh ngạc, quả thực anh cũng huyễn hoặc, *anh đã mất tích trong đời chị.*

**

Chị từng nói với bóng tối, nói với người nghe là chính mình:

"Lương phải mất tích. Vì những vách ngăn giữa quá khứ và hiện tại không mơ hồ. Nó vang động trong tiếng máy bay gầm rú, trong tiếng đạn pháo từ ngoại ô rót vào thành phố, nơi những hình ảnh đáng rùng mình, khi những xác người bỏ lại trên đường phố, ngay trong những ngày Tết thiêng liêng. Những xác gầy khô.

Có thể những chiến binh ấy đã chết dần mòn, trước khi ra trận. Họ đã chết từ trong lò tư tưởng, trước khi bước tới chiến trường. Họ rất mù lòa khi phải dò tìm từng con đường lạ trong thành phố đang lửa đạn. Họ ra mặt trận, vừa vì mũi súng kẻ thù trước mặt, vừa cả những cưỡng ép khét lẹt từ sau lưng. Đó có thể là anh Lương nạn nhân, những tên Lương, đã trở về trong tháng ngày chị mong đợi.

Chị đã từng tâm sự với lược gương, hai mươi năm, bọn chúng, bọn lược gương chăn gối, cũng có tâm sự riêng mình:

"Anh Lương trong đời tôi, phải là người lương thiện, yêu chuộng hòa bình. Anh không thể nhân danh anh hùng, chỉ biết dùng súng đạn thay Tiếng Nói; dùng xác người lót đường, miên man, dằng dặc cho một cuộc trường chinh. Lương không thể là một hình nhân câm điếc".

VI

Thời gian, là tiếng máu vút bay.

Mùa hè 1975.

Trên miền đất Cộng Hòa.

Con đường đất nhỏ hẹp thời kháng chiến nay đã mở rộng, tráng nhựa láng. Nhà thờ thời chống Pháp bị đập tan nát, sân vườn dùng làm nơi phơi rơm cỏ, nay được xây dựng lại đẹp đẽ. Tháp chuông ngân nga trong chiều.

Chiều ấy, có một người đàn ông đứng yên trong chiều. Ông ta nhìn cái gác chuông cao, nghe ra hồi chuông cuối ngày trong cái bóng vàng sót lại từ giáo đường.

Người đàn ông chân dép râu, đầu nón cối, vai ba lô, áo kaki bạc màu, tầm mắt kín đáo, ngẩn ngơ nhìn xóm làng những màu tranh lá cũ năm xưa, nay nhiều màu ngói lấp lánh trong nắng.

Một bọn nhóc mới lớn, không biết ông Lương là ai, chỉ thấy có một người rất lạ lẫm trở về chốn quen biết, trong khi những người bà con bọn nó lại vội vã bỏ nhà cửa tài sản xe cộ mồ mả tổ tiên để nhất mực "Bỏ nước ra đi".

**

- Mời anh ngồi.

Chị Bạc kéo chiếc ghế và mời.

Người đàn ông tháo chiếc ba lô, lấy cái khăn nhàu cũ màu vàng bùn, lau mặt, lau cần cổ. Rất tự nhiên mở cúc áo lau hai cái nách mồ hôi. Một cái nhảy mũi. Ông vội dùng cái khăn che mũi, lau qua, rồi vội vàng nhét cái khăn bẩn vào túi quần.

Ông đảo mắt nhìn quanh, đôi mắt có khi nhìn nghiêng, hoặc cụp xuống, nghi hoặc. Khuôn mặt ông tái gầy, làm cho cái miệng nhô ra như bị răng hô, hai lỗ tai vểnh kiểu tai chuột.

Chị Bạc quan sát người đàn ông đang ngồi đây mà hai mươi mốt năm trước đã nhận chiếc khăn tay và chiếc áo ấm kỷ niệm chị trao. Chị nhớ rất rõ khuôn mặt trẻ trung thuở ấy. Đấy là thời xã hội còn di sót ảnh hưởng của giai tầng trí thức tiểu tư sản, thời của lãng mạn. Dù chiến tranh gai lửa, đời sống bị vây khổn mọi mặt, nhưng vẫn rất nhiều con người còn "Hình bóng con người".

Bây giờ sao anh khác xưa đến vậy.

Xa cách bao nhiêu năm, nay gặp lại nhau, lẽ ra phải có một cái ôm nồng nàn, những giọt nước mắt mừng vui ngày tái hợp. *"Xin tạ ơn trời có buổi hôm nay"*. Nhưng một bức tường đã ngăn. Đã rất đỗi lạ lùng, tương phản.

Chị Bạc, một tiếng thở dài.

**

Trong lúc chị Bạc mơ màng hồi tưởng về một anh Lương thuở nọ, thì một thanh niên đi đâu đó vừa trở về. Cậu ta dáng vẻ thanh tú, mái tóc rất dài, mắt sáng, một hàng ria mép vừa nhú xanh. Cậu cúi chào người đàn ông đang ngồi đối diện với mẹ mình. Bất ngờ Lương nhìn người thanh niên với một vẻ bất bình. Cho là một thằng cao bồi, rất gai con mắt, nên ông thịnh nộ:

- Mới oắt con đã để râu mép. Lại tóc dài!

Chị Bạc nói nhỏ nhẹ:
- Thằng Vọng, con của anh đó.

- Là con của tôi thì tức tốc đi cạo ngay hàm râu mép, cắt phăng ngay mớ tóc thổ phỉ ấy đi!

Gã thanh niên nhìn cái người mà mẹ cậu bảo là cha của mình, cậu tức thì trả lời:
- Tôi không là thổ phỉ.

Cậu quay vội ra ngưỡng cửa, một mạch ra khỏi nhà.

**

Vừa kinh ngạc, vừa bần thần, chị Bạc nói với anh Lương:

- Mới mẻ quá. Giữa anh và thằng Vọng tuy cha con nhưng hãy còn nhiều khoảng cách. Mong anh hiểu, tôi không hề dạy con tôi làm thổ phỉ.

- Thế là cái gì?

Cuộc đối thoại có lửa đốt để trở nóng. Chị Bạc nhìn thẳng vào con người hai mươi mốt năm mới gặp lại nhau, người cha của con trai mình, chồng mình, chị nói:

- Vòm trời này có là quỷ ám nhưng con tôi không hề là thổ phỉ. Thời thế này bao là bàn tay đẫm máu tội lỗi, nhưng bàn tay con trai tôi chưa hề. Anh đã vội vã xúc phạm.

Lương vẫn xẳng giọng, như một thủ trưởng:

- Đây là một cái lệnh. Không có gì là xúc phạm.

Một giọng chậm rãi khá rõ ràng:

- Nếu anh không hiểu xúc phạm là gì, thì anh nên xem lại cái quyền được hay không được ra lệnh. Tôi xin nhắc lại, nó chính là đứa con của anh. Nó là kết hợp giữa tuổi trẻ trong sạch của tôi với anh. Từ bé tới nay con của tôi chưa bao giờ bất hiếu với mẹ, và chưa hề phạm một tội lỗi gì với xã hội. Hiện nay thằng Vọng đang học năm thứ ba trường Đại học Y khoa Sàigòn.

Lương hiểu phần nào phản ứng của người vợ cách biệt hơn hai mươi năm. Ông ta hơi mềm giọng:

- Tôi bảo nó đi hớt tóc cạo râu. Cho xong tàn tích. Sau đó mới tính chuyện cha con.

Chị Bạc cười mỉa:

- Chẳng có gì gọi là tàn tích trong cái nhà này. Chẳng có gì gọi là xấu xa, tàn tích trong cái xuân xanh, tươi đẹp của con trai tôi. Vọng chính là đứa con duy nhất của tôi.

- Nhưng cái Miền Nam này là một tàn tích xấu xa.

Chị Bạc gằn giọng:

- Tôi không đủ trách nhiệm bênh vực cho Miền Nam. Nó đã thừa những hãnh diện để không cần ai phải ra công bênh vực. Từ nay anh sẽ sống nơi này, nếu anh muốn sống, rồi anh sẽ biết Miền Nam là như thế nào.

Cùng nhìn mặt nhau, mỗi bên giờ đây đã rất tiết kiệm sự vồn vã, thân ái. Sự tái ngộ này được vay trả với một cái giá rất đắt. Như là một đoạn tuyệt nhau trong gặp gỡ.

**

Hôm trở về Bắc, Lương có mấy thùng quà tặng từ chị Bạc. Đồng hồ đeo tay, radio, quạt máy, ly tách uống trà, chén đũa, những thực phẩm đóng hộp. Cái đáng giá nhứt là một chiếc xe honda. Chừng như món gì anh cũng thiếu, cũng cần, chị luôn sẵn sàng cho. Anh cũng tỏ ra lịch sự, những là giao tế hảo ngay với vợ xưa của mình, rồi sau cùng, anh quơ tất.

Chị Bạc thấy có một điều khó hiểu, là tại sao Lương phải 'Trở về Bắc", nhưng chị không muốn hỏi. Phần lớn cán bộ, bộ đội miền Nam tập kết ra Bắc, nay trở về, bọn họ đều ở lại làm việc trong Nam.

Lương như hốt mớ của của chị Bạc, rất hồ hởi, anh nào hiểu là của bố thí.

Tàn cuộc một bi kịch, một Miền Nam hứng chịu bao tan thương, chị Bạc đã hiểu, đã rõ thấy. Những ngày chạy loạn vừa qua, sự đổi trắng thay đen đến cửa nhà tan nát, của tiền có đó mất đó, thân thuộc chia lìa, kẻ ở người đi, nào ai mang theo được gì. Chế độ mới, gia sản này của chị ai cướp đi cũng được, ngay cả Lương. Lương cướp ngày cũng được. Biền biệt cái tình nghĩa vợ chồng. Đã xa lắm với người từng đầu ấp tay gối.

VII

Vào một buổi chiều tháng mười, một câu chuyện ngộ nghĩnh, như chỉ có ở kịch diễn ra trên sân khấu, đã xảy ra nơi nhà chị Bạc.

Từ bến xe dẫn vào nhà chị Bạc, một phụ nữ hãy còn rất trẻ, tay xách nách mang một cái ba lô bự, áo quần màu chàm thô, sờn cũ nhưng gọn gàng. Chạy lon lon theo sau là một thằng nhỏ độ tám chín tuổi. Cô ta vừa đi vừa hỏi tìm nhà chị Bạc. Qua cách giao tiếp, người ta hiểu, cô là gái Bắc, rất xinh đẹp, lanh lợi, bạo gan.

Tìm, tới được nhà, đứng ngay bực thềm, cô ta hỏi chị Bạc:

- Xin lỗi đây có phải nhà bà Bạc, vợ của ông Lương không ạ?

- Vâng, tôi là Bạc đây. Xin lỗi cô..?

- Em tên Yến… cho em vào nhà uống miếng nước cái đã. Em mệt nhoài người đây. Thằng nhỏ con em muốn xỉu rồi.

- Nhưng mà cô là ai?

Cô gái đến từ miền Ngoài trả lời ráo hoảnh:

- Cũng như chị, em là vợ anh Lương. Vợ chính thức, đàng hoàng. Thằng nhỏ đây là con anh Lương. Con đàng hoàng, chính thức.

- Trời đất ơi..?

Không chờ ai mời, Yến đi thẳng vô nhà, đặt ba lô xuống, ngồi tự nhiên, nhìn quanh nhà, đầy vẻ thán phục sự giàu sang của chị Bạc.

Rất ngỡ ngàng, chị Bạc cố giữ bình tĩnh.

- Mời cô ly nước.

Khách lạ ực cái gọn. Nhìn chằm chằm cái ly thủy tinh trong vắt, cô áp cái hơi đá lạnh lên gò má ửng hồng. Lại trầm trồ, Mát nhỉ.

Chị Bạc liếc nhìn Yến, nhủ thầm: "Quả là gái vừa xinh lại vừa đáo để."

Yến móc trong ba lô ra một cái khăn nhàu cũ, định lau mặt cho thằng nhỏ, lại chợt nhận ra một điều tế nhị, sợ xấu hổ, cố nhét lại ba lô. Yến nhìn chị, cười nhẹ như đã từ lâu thân thiện, cô nói:

- Chị cho em cái khăn ngon lành hơn nào. Bảo người nhà dầm nước đá cho mát nhé.

Yến lau mắt, mặt cho thằng nhỏ. Ngực, lưng. Trật luôn quần thằng nhỏ, lau cu giái.

Vừa lo cho thằng nhóc, Yên vừa nhìn quanh phòng. Lại nói:

- Những thứ máy móc tân tiến, ly tách sang trọng, cả xe máy quạt máy này, bao chục năm không thấy, mà em thấy. Vào Miền Nam, mấy cha khuân về đủ loại. Cái được trong này bà con thương tình cho, cái cướp cạn mang về.

Chị Bạc đi một chiêu đãi bôi:

- Cách mạng chân chính làm sao có cái trò cướp cạn?

- Ôi dà, mấy bố còn chuyền tin nhau, không những cướp vặt mà đớp gọn cả cái nhà, cái biệt thự to tổ bố. Nghe nói người người trong này bỏ đi di tản, nhà vô chủ nhiều lắm. Phần chính quyền ép buộc dân ngụy quyền đi kinh tế mới lấy nhà. Mấy cha truyền tai nhau ào ạt vào Nam. *"Tiến vào Sàigòn ta chiếm nhà mặt tiền"* mà chị. Vài bữa em với anh Lương cũng vào.

Chị Bạc cắc cớ hỏi:

- Định vậy sao không cùng Lương vào?

- Chả đang bể đầu. Cũng tại vì cái honda chị cho đấy. Xe mang về Hà Nội, chả tính biểu diễn cho bà con xem một đường lả lướt. Bấy lâu toàn ngồi xe đạp rùa bò. Nay xe máy nổ. Lại chưa rành, không làm chủ không được tay lái, xe mang chả phóng vong mạng, leo lề đường, lao vô bờ tường cái rầm. Tóe máu đầu. May chưa bể sọ não.

**

Trong lúc chị Bạc còn bàng hoàng thì Yến chừng sợ để lâu sinh chuyện, nên lợi dụng ngay giây phút đâu tiên ấy. Cô nói gọn gàng, nói với chị Bạc mà ngon xơi như nói chỗ không người:

- Chị yên chí, chị lớn. Không có gì bức xúc, cao trào bùng nổ giữa chị em chúng ta đâu. Ra ngoài ấy nhiều năm, anh Lương cô đơn, cần mái ấm gia đình, anh ấy và em thành vợ chồng cũng là chuyện hợp tình thế, thuận cái lô-gích. Mà em không lấy anh Lương thì "đoàn thể" cũng bảo lấy. Mấy cụ lớn chỉ thị lấy thằng chồng nào mụ vợ nào, thì phải đớp vào đấy.

- Chao ôi..!

- Hòa bình rồi, anh ấy gặp lại chị cũng là điều mừng vui, lô-gích thôi. Hoàn cảnh trở trêu là do thời gian lâu dài nó gây ra, là do không gian chinh chiến nó tạo dựng. Chẳng tại chị chẳng vì em. Chỉ một cái sai tệ hại là anh Lương đã yếu bóng vía, lúng túng trước hoàn cảnh. Anh ấy tồi. Mà thằng chả tồi từ lâu. Đã giấu nhẹm sự việc đối với em.Và, tại sao chả không nói thẳng với chị là đã có thêm một người vợ ngoài Bắc. Vì sao? Vì sao chị biết không?

Chị Bạc mệt mỏi:

- Vì sao! Làm sao tôi biết vì sao.

Yến nói như để ói ra một uất ức dồn nén:

- Vì chúng tôi đã quen dùng cái dối cái giả để che đậy những sai trái riêng mình. Chúng tôi luôn đối xử với nhau thiếu sự thành thật lẫn chân tình.

Chị Bạc ngồi lặng người, sững sờ. Chị giận anh Lương bao nhiêu lại thương cho hoàn cảnh, thương con người không thiếu phần thiệt thòi, đang ngồi trước mặt mình, bấy nhiêu. Chị Bạc lại ngây thơ hỏi:

- Nhưng làm sao cô rõ đường đi nước bước mà tìm tới đây?

- Ối dà. Đường đi nước bước ấy à? Nó ở cửa miệng của mình chớ đâu.

Chị Bạc nói nhỏ nhẹ:

- Tới xứ xa người lạ thế này cô Yến không sợ tôi đánh ghen à?

- Không có chuyện vô lý như vậy chị ạ. Ta phải bắt đầu giải quyết cho hợp lô-gích mà thôi.

Một thoáng cô Yến bất ngờ nói, giọng nhuốm một ít buồn bã:

- Chị ạ, em tin là chị chẳng còn ghen tuông gì cái anh Lương nhà quê lẫn lỗi thời. Cái tình thế đã tạo ra bao nhiêu chênh lệch. Tạo ra chia lìa, khó hòa hợp. Tạo bao nhiêu điều tệ hại để ghét bỏ, coi thường, khinh rẻ nhau, ghen tuông cái nỗi gì.

Chị Bạc chậm rãi:

- Vì đâu cô có cái kết luận chắc nịch như vậy?

- Hai nghìn cây số từ ngoài ấy vào đây em hiểu.

- Hiểu gì?

- Người trong Nam này không chút thiện cảm gì với chúng em. Cũng một thời chiến chinh gian khó, sao trong Nam này người ta sống thoải mái, giàu có, rộng lòng. Còn chúng em khố rách. Dù rất mới mẻ, nhưng em đã gặp, em rất hiểu. *Vì sao người Miền Nam rất nhớ thương quá khứ. Và, vì sao quá khứ là cái gì chúng em luôn rất sợ hãi.*

Nói một hồi như nổ súng xung phong, chừng hả dạ, cô Yến ngồi yên.

**

Chị Bạc mời bữa cơm.

Yến nói:

- Em có mang theo thức ăn khô đây rồi. Chị ạ, chị khỏi lo phục vụ. Nhưng chị phải có chút gì, thức ăn tươi ấy, để cho vào mồm cái thằng nhỏ này. Nó đang đói đấy. Ngó vậy mà nó đang suy dinh dưỡng đấy.

Yến phạch ngay chỗ ngực áo thằng nhỏ, cô nói:

- Này, nhìn một bầy xương ngực của nó đùn lại, nhô thành gò trong cái lồng ngực thiếu thịt da đây này, chị xem.

Chị Bạc nhìn thằng nhỏ, thương quá.

VIII

Lời từ đáy lòng của, Những-ai-từng-đi-qua:

1930. Hạt mầm độc đã được ươm trong Đất Mẹ.

1940. Người Trồng Cây, sẽ cho ra trái độc, đã về! Hay đã tới?

1945. Cây đã trổ trái độc. Khởi mùa, gió đưa tiễn sự an lành, quét sạch nhân nghĩa, đã nổi. Bao người ăn phải trái độc, mê muội một đời oan.

1954. Đã thăm thẳm rồi chăng, ngày Nguyễn Bính từ chiến khu trở lại. Tâm sự của người chiến binh buổi ấy:

Chín năm đốt đuốc soi rừng
về đây ánh điện ngập ngừng bước chân
Cửa xưa mành trúc còn ngăn
vách tường vẫn đọng trăng xuân thuở nào...

1975. Chị Bạc của tôi, nào ra khỏi chỗ thân phận chung. Những hình nhân đen đẫm nôn nao in hình trên nền ánh sáng lồng đèn kéo quân. Bị điều động bởi ánh đèn trung tâm. Ánh sáng trung tâm càng sáng, càng nóng, bọn hình nhân càng chạy quay tít, càng trước sau miệt mài đuôi theo nhau. Không người sau nào kéo được chéo áo người trước. Chẳng ai bắt gặp ai.

Tất cả đều chạy về phía trước. Cuộc tìm kiếm, hóa là mãi mãi thất lạc nhau.

Hôm nay Bầy Sói đã vào làng. Lương đã Trở Lại. Chị Bạc và Vọng, đành phải Bỏ nước Ra Đi.

Trong bao thập kỷ chìm nổi ấy, Hoàng Trúc Ly đã xót xa:

Xác thân rã mục lời thề
Mùa đi lá rụng Đường về xuân thu.

Little Saigon – 3- 2019

PHỤ LỤC I

Tiểu sử & Tác phẩm

Cung Tích Biền
[ảnh MPK]

Tên thật Trần Ngọc Thao, sinh ngày 8 tháng 2 năm 1937, khai sinh ghi 1938, tại làng Văn An, Thăng Bình, Quảng Nam.

- 1937-1945, sống chín năm thời Pháp thuộc, Triều Nguyễn, Vua Bảo Đại.

- 1945-1954, chín năm trong vùng Kháng chiến Việt-Pháp, Liên khu V, do Việt Minh kiểm soát.

- 1954-1975, hai mươi mốt năm Việt Nam Cộng Hòa.

- 1975-2016, bốn mươi mốt năm dưới chế độ Cộng sản.

- Tháng 10 - 2016, qua Mỹ sống tiếp.

**

- Đã học Tiểu, Trung, Đại học.

- 1961 dạy Anh văn và Việt văn tại các trường trung học tại Quảng Nam.

- 1963 động viên vào trường Võ Bị Thủ Đức, khóa 17. Tốt nghiệp Trường Sĩ quan Hành chánh Tài chánh khóa 10, thuộc Bộ Quốc phòng Quân lực Việt Nam Cộng Hòa.

- 1964. Vì lý do chính trị, bị chính quyền Tướng Nguyễn Khánh chỉ định cư trú tại Miền Tây, cách ly Miền Trung, thời hạn bốn năm [1964-1968].

- 1964-1969 phục vụ qua các đơn vị 211 Pháo Binh, Sư đoàn 21 Bộ binh [Bạc Liêu], Trung đoàn 10 Thiết giáp [Đức Hòa] Tiểu đoàn 251 Pháo Binh, Sư đoàn 25 Bộ Binh [Tây Ninh].

- 1970 giảng viên Trường Sĩ quan Hành chánh, Sàigòn.

- 1972 lập gia đình cùng Hoàng Thị Kim. Hiện sống tại Mỹ.

- 1973, giải ngũ cấp bậc Đại úy. Giáo sư Thỉnh giảng Viện Đại học Cộng Đồng Quảng Đà, Đà Nẵng.

- Sau 30 tháng 4-1975, vào trại Cải tạo ngắn ngày theo quy chế sĩ quan giải ngũ. Sống lây lất bằng đủ thứ nghề. Đạp xe ba gác, chạy xe ôm, làm cu ly bốc vác, thợ mây tre lá, thợ sơn mài. Năm 1982 tạm ổn định nhờ vợ buôn bán sơn mài. Nhiều thập niên làm thân chùm gởi trong gia đình, được vợ và con gái ân cần nuôi dưỡng, rất mực đầy đủ.

**

Nghề và nghiệp trọn đời: Viết văn.

Là một Nhà văn Độc lập. Suốt một đời cầm bút, tới nay đã trên 65 năm, qua nhiều chế độ, dân sự cũng như quân đội, không tham dự bất cứ một nhóm, một thi văn đoàn nào; không hề là hội viên của bất cứ hội Văn bút [PEN Club], hoặc hội Nhà văn nào, từ trung ương tới địa phương, trước cũng như sau 1975, trong cũng như ngoài nước.

Khởi nghiệp rất sớm. Có truyện và thơ đăng trên các báo từ 1956, với nhiều bút hiệu lúc ban đầu [Chương Dương, Việt Điểu, Uyên Linh] trước khi có bút hiệu Cung Tích Biền.

Với những bút hiệu này, đã đoạt được vài giải thưởng địa phương. Giải truyện ngắn ở Quảng Nam, 1958, giải thưởng thơ trường Quốc học Huế. Năm 1960, phụ trách một chương tình thơ, có tên Con Tàu Thi Ca, Đài phát thanh Huế.

**

Bút hiệu Cung Tích Biền xuất hiện lần đầu tiên trên tuần báo Nghệ Thuật, tháng 3-1966, tại Sàigòn, với truyện ngắn *Ngoại* ô, Dĩ An và Linh *hồn Tôi*.

Truyện này được viết tại Bạc Liêu tháng 11-1965. Tháng 3-1965 quân đội Mỹ đổ bộ lên Cảng biển Đà Nẵng, trực tiếp tham chiến vào chiến trường Việt Nam.

Có truyện đăng trên hầu hết các nhật báo, tuần báo, tập san văn học nghệ thuật có giá trị, trước và sau 1975, trong và ngoài nước, cả trên các trang web văn học. Có tác phẩm dịch sang Anh và Pháp ngữ.

Có rất nhiều sách, truyện ngắn truyện dài, đã in, đã phát hành từ những năm của thập niên 60 tại Miền Nam thế kỷ trước, tới sách đang in, sẽ in, phát hành tại Mỹ trong thế kỷ này.

Tác giả hiện định cư tại Midway City, Orange County, California.

I- Tác phẩm đã in:

- Ai Tỉnh Ai Điên *[tân truyện 1968]*
- Nỗi Buồn Thắp Sáng *[truyện ngắn, 1969]*
- Cõi Ngoài *[truyện ngắn, 1969]*
- Hòa Bình Nàng Tình Rỗng *[tiểu thuyết, 1970]*
- Chim Cánh Cụt *[tiểu thuyết, 1990]*
- Một Thời Lưu Lạc *[tiểu thuyết, 1990]*
- Tình Yêu Mùa Ảo Ảnh *[tiểu thuyết, 1991]*
- Thằng Bắt Quỷ *[truyện ngắn, Tân Thư xb, USA 1993]*
- En Traversant Le Fleuve *[Edition Philippe Picquier, Paris 1994, bản dịch* Qua Sông *của Phan Huy Đường]*
- Đành Lòng Sống Trong Phòng Đợi Của Lịch Sử *[2015]*
- Xứ Động Vật *[tân truyện 2018]*
- Mùa Xuân Cô Mơ Bay *[2019]*
- Thằng Bắt Quỷ *[tái bản - 2021]*
- Nhạc Điệu Của Bầy Ong *[2020]*
- Đành Lòng Sống Trong Phòng Đợi Của Lịch Sử *[2021] - [tái bản, thêm nội dung 2 cuộc phỏng vấn]*

- Bạch Hóa [2021]
- Một thời nên vắng mặt [2021]

II. Tác phẩm in chui:

Năm 2007, khi còn ở trong nước, dưới sự kiểm duyệt gắt gao, hạn chế quyền tự do in ấn, Tác giả đã chủ trương nhà xuất bản Một Mình, tự in ấn và phát hành, những tác phẩm của chính Tác giả không thông qua sự kiểm duyệt của nhà nước XHCN.

Nhà xuất bản Một Mình có từ 2007, đã in: cả thảy 6 [sáu] tập truyện và một bộ Toàn Tập Cung tích Biển. Toàn Tập I, là Số Đặc biệt Văn chương Cung Tích Biển [2009 ww.Damau.org] • Toàn Tập II [2010, truyện ngắn] • Toàn tập III [2011, truyện ngắn,] • Toàn Tập IV [2012, truyện ngắn,] • Toàn Tập V, Mùa Hạ [tiểu thuyết, đã đăng194 kỳ trên Nhật báo Người Việt, California 2012, in thành sách tại VN, 2014].

III. Tác phẩm in chung:

• "Trên ngọn lửa" – Tuyển truyện 12 tác giả Doãn Quốc Sỹ, Thanh Tâm Tuyền, Cung Tích Biển, Nguyễn thị Hoàng, Nhã Ca, Mai Thảo... [Hoàng Đông Phương, Sàigòn, 1971]

• "Bạch hóa" • Những truyện ngắn hay nhất của quê hương chúng ta. [Sóng, Sàigòn, 1974]

• "Thằng Bắt Quỷ" • Truyện ngắn Việt Nam thế kỷ XX [Kim Đồng, Hà Nội, 2001]

• "Đêm hoang tưởng" • Tuyển tập Đêm bướm ma [Văn Học, Hà Nội, 2004).

• "Qua sông" • Truyển tập 30 năm Tạp chí Sông Hương [Huế 2012]

• "Thằng Bắt Quỷ" • Tuyển tập 44 năm Văn chương Hải ngoại [Nhân Ảnh, Hoa Kỳ 2019]

IV- Lời ngoại chú:

Hiện các tác phẩm của Cung Tích Biền sáng tác trước 1975, và một số lớn sáng tác sau 1975, đang bị cấm sưu tập, in ấn, lưu hành tại Việt Nam.

Do hoàn cảnh, hãy còn một số lớn các tác phẩm của tác giả [truyện ngắn, truyện vừa] đã đăng rải rác khắp nơi chưa thể được sưu tập đầy đủ.

Trước 1975, Tác giả đã từng viết tiểu thuyết đăng thường ngày [feuilleton] nhiều năm, trên nhiều nhật báo, Hòa Bình, Độc Lập, Điện Tín, Đông Phương [không kể các nhật báo Dân Chúng, Da Vàng, Sóng Thần]. Rất nhiều tác phẩm tiểu thuyết [feuilleton] đã hoàn thành, tới nay chưa hề xuất bản tác phẩm nào.

Một số tác phẩm đáng ra phải xuất bản trước 1975, nhưng do nhiều lý do thời cuộc, đến nay vẫn chưa. Các tiểu thuyết Luống Cải Vàng, Bên Dòng Nước Biếc, Nỗi Lòng người Phương Đông... [Tuần báo Đời,] Những Bọ Và Rắn [tạp chí Quần Chúng] Trường Giang [Tuần báo Khởi Hành]. Một số tác phẩm thời kỳ in giấy, nay xem như tuyệt bản tại Việt Nam, do đại nạn thu gom đốt bỏ, sau tháng Tư, 1975 của chế độ Hà Nội.

PHỤ LỤC II

Trích một số nhận định của nhiều Tác giả về văn chương Cung Tích Biền.

Những nhận định

Kinh nghiệm sống cũng như các biến cố lịch sử cận đại đã và tiếp tục hiện hữu, "sống-còn" trong các sáng tác của Cung Tích Biền, và ông xác tín trong một phỏng vấn của Đặng Thơ Thơ rằng *"Viết là một cách tự cứu rỗi, cũng là cách tôi an tử dần dà. Đó là Mệnh"*... *"Văn chương có thể huyền ảo, nhưng trách nhiệm của Nhà văn không hề là một hư ảo".*

(Trích từ "Cung Tích Biền nói chuyện
với Đặng Thơ Thơ", 24-3-2008:

Cung Tích Biền thường xuyên chiêm nghiệm về nỗi chết và những cái chết cùng những "kiểu" chết. Ông nói đến như thân thiết với cái Chết mà ông xem như là một tất yếu, một xác-thực lớn nhất mà từ đó, trên đó, con người có thể dựa vào để dựng xây cuộc đời, tức là cuộc sống đem ý nghĩa đến cho cái Chết hay nói khác, vì cái Chết mà cuộc sống có ý nghĩa.

Mối Tình Thời Gió Chướng, truyện cuối của tập truyện, viết ở ngoài vào tháng 3-2019, đã như một hồi tưởng qua nhiều biến cố lịch sử của đất nước – Cung Tích Biền gọi chung là "thời gió chướng". Khởi từ khi đất nước bị chia đôi tháng 7-1954.

Nhân vật của Cung Tích Biền, những con người hướng thượng hoặc tự khẳng định là con người, đã từ cõi chết hoặc sống như đã chết, dù trong hoàn cảnh nào, cũng tìm sự sống. Họ nếu chưa đã thì sẽ ngoi lên từ cái Chết tâm linh hoặc từ hầm mộ xương và xác người; sống vì phải sống nhưng khi tình cảnh xảy ra, có thể chấp nhận chết để người khác được sống!

Nguyễn Vy Khanh

Nhiều người đọc sách ngại đọc những loại sách viết theo thủ pháp hư diễn như Cung Tích Biền vì quá mỏi mệt cho trí não, phải theo dõi từng dòng văn thật chẳng dễ chịu gì. Riêng tôi, cầm những quyển sách của ông, tôi buồn rầu dán mắt đọc trong sự bi thiết tột cùng. Như một gã tử tội sau chuyến hụt chết trở về một mình, lặng lẽ đứng ngắm cánh đồng chết chóc ngày nào từng gieo rắc tai ương, và đánh đắm thân phận tôi bằng những giọt độc tố, tiệm tiến, tăng dần nồng độ, tàn phá tan hoang thân thế mình.

Đặng Châu Long

Những câu chuyện của ông đã cho tôi được sống, cho dù chỉ ngắn ngủi và trong tâm tưởng, đời sống của những con người không quá xa cách với tôi cả về thời gian lẫn không gian, nhưng cách xa cả một thế giới. Văn chương, thi ca, và nghệ thuật nói chung, đối với tôi, cho đến bây giờ, vốn là nguồn ánh sáng và là biểu hiện của những điều đẹp đẽ nhất của đời sống và con người; nhưng văn chương của Cung Tích Biền là một trong những vạt bóng tối để làm cho đời sống này giá trị hơn. Những ám ảnh và gánh nặng tôi mang theo từ truyện của ông là những nỗi đau cần thiết và lành mạnh, để tôi trở thành một người hiểu biết và tốt đẹp hơn.

Hoàng Ngọc Thư

Tác phẩm Cung Tích Biền xuất bản khá nhiều. Văn phong khúc chiết, tư tưởng trù phú, mịt mùng như một mê cung khó cho ta lần dò vào đáy linh hồn của Nhà văn siêu thực tân phái này.

Đây là loại chữ nghĩa không dễ đọc. Nó là thế giới của ẩn ngữ, hàm dụ, của hiện thực huyền ảo. Chỉ đọc vài trang thôi, ta đã như bị Quỷ ám.

Cung Tích Biền sống trọn qua đôi bờ lịch sử, lúc thiếu thời trong vùng kháng chiến, lớn lên trong quân đội Việt Nam Cộng Hòa, và hơn ba mươi năm trong vòng vây xã hội chủ nghĩa. Anh sống khiêm tốn, và sáng tác khá âm thầm, miệt mài đơn độc. Nhiều người như thế đã từ lâu bỏ cuộc. Còn anh, Cung Tích Biền vẫn Sống. Sáng tác của anh chứng tỏ tinh thần và ý chí mãnh liệt, bền bỉ.

Trần Tuấn Kiệt

Với ông, lúc này, chỉ khi mỗi dòng chữ được tự do, giá trị mà nó truyền đạt mới xứng với tinh thần văn học Sài gòn, nơi nuôi dưỡng, phát hiện và tôn vinh năng lực sáng tạo của ông.

Tôi tôn trọng ông. Khi cái nhìn của tôi chạm vào những trang viết của nhà văn, tôi được tặng niềm tự hào là độc giả mới của ông.

Những Nhà văn lớn của nền văn học Sài gòn trước đây, sự tồn tại bền vững giá trị tác phẩm của họ trong lòng người đọc, lúc này, và trong tương lai vẫn là một tầm cao chuẩn mực.

Một khi độc giả đặt mình trước di sản văn học đa dạng, phong phú của văn chương Sài gòn, trước sự rộng lượng của tính nhân văn cao cả mà nó thừa hưởng từ buổi bình minh văn học tự do, họ sẽ thấy rõ giá trị của sự kiêu hãnh và cả nỗi bất hạnh của những nhà văn dù còn sống hay đã khuất. Đến tận hôm nay, sáng tạo của họ vẫn cứ sáng rực, thứ ánh sáng không thể bôi bẩn.

Trần Tiến Dũng

Khi đất nước thống nhất, thì tôi vừa tròn 20 tuổi. Đủ để cảm nhận được gần như trọn vẹn, một Sài Gòn ngày xưa đắm trong bầu không khí văn hóa phương Tây, một Sài Gòn lãng mạn và vỡ vụn, một Sài Gòn đầy khao khát luôn đi tìm trong nỗi bất lực hoang mang. Tôi cũng đã có một tuổi trẻ hoang mang đầy khắc khoải ngày xưa. Hiện sinh. Thiền Tông. Hippy. Phản chiến. Một tuổi trẻ hoang mang và lạc lõng. Khi tìm lại mình giữa Sài Gòn ngày trước, khi đi tìm lại cái *Tuổi trẻ cô đơn* và *Tuổi trẻ băn khoăn*, tôi đã cảm động bao xiết khi đọc lại đoạn văn sau đây của Nhà văn Cung Tích Biền:

Sàigòn ồn ào nhưng hoang vu, nồng nhiệt nhưng đau đớn. Sàigòn hít thở không khí của những cơn bụi bốc lên từ phương Tây, nói chẳng nói tiếng nói chính mình, cười chẳng tiếng cười phát khởi từ một con tim bình an. Sàigòncó đến hai thứ đêm tối, đêm tối của trời và đêm tối của Người. Chúng ta chẳng phải lớn lên để tìm một dấn thân vô trách nhiệm, chẳng phải tự đâm thủng mặt mày của mình để làm dịu bớt cơn đau nhức trong tâm can. Sàigònlà một bàn tay chẳng bao giờ được rửa ráy, với bao cái tay phủ lên kín mít mà người ta lầm tưởng cái bàn tay ấy là bàn tay con thú nào đó. Ôi Sàigònbạn bè ta đã đi đã về, buồn tủi và bất lực như những chuyến xe vô tri khập khễnh trên con đường hoạn nạn quê hương."
(Cung Tích Biền, "*Trên ngọn lửa,*" - 1967)

... Chính sự lao động thầm lặng và những suy tư sâu sắc của nhà văn Cung Tích Biền về lịch sử, về thời đại đã khiến tôi thêm ngạc nhiên và trân trọng. Các truyện ngắn của anh như gắn liền với cuộc sống nổi chìm cùng bao nỗi nhục vinh của cái xã hội mà anh đã sinh ra, lớn lên, rồi trôi nổi theo vận mệnh của lịch sử đầy biến động.

Huỳnh Ngọc Chiến

Cung Tích Biền sống tại Việt Nam, một Việt Nam như nhà thơ Wislawa Szymborska (Ba Lan, Nobel 1996) viết trong bài thơ cùng tên vào năm 1967 (theo bản tiếng Anh):

VIETNAM
(1967)

"Woman, what's your name?" "I don't know."

"How old are you? Where are you from?" "I don't know."
"Why did you dig that burrow?" "I don't know."
"How long have you been hiding?" "I don't know."
"Why did you bite my finger?" "I don't know."
"Don't you know that we won't hurt you?" "I don't know."
"Whose side are you on?" "I don't know."
"This is war, you've got to choose." "I dont know."
"Does your village still exist?" "I don't know."
"Are those your children?" "Yes."

(trích từ Wisława Szymborska, *Poems, News and Collected: 1957-1997* (Orlando, FL: Harcourt Brace & Company, 1998), trang 90)

Tôi tạm dịch:

Việt Nam

(1967)

"Mụ kia, tên gì?" "Không biết."
"Nhiêu tuổi? Ở đâu?" "Không Biết."
"Sao đào cái hầm kia?" "Không biết."
"Núp lâu chưa?" "Không biết."
"Sao lại cắn ngón tay tao?" "Không biết."
"Không biết bọn tao đâu muốn làm mày đau?" "Không biết."
"Mày theo phe nào?" "Không biết."
"Đang chiến tranh, mày phải chọn đi." "Không biết."
"Làng mày có còn không?" "Không biết."
"Mấy nhóc này là con mày hả?" "Phải".

Trong "Bạch hóa" (1968), ở đoạn 3, gần cuối truyện, một đoạn đối thoại giữa một người lính Quốc gia và một em bé quê trong vùng lửa đạn Cung Tích Biền cũng đã viết:

... Đích chận hỏi một đứa bé vừa ở dưới hầm ngơ ngác chui lên:

- Mày biết lão Liên ở xóm này không?

- Không.

- Mày biết còn ai trong xóm đó không?

- Không.

- Cha mẹ mày ở đâu?

- Chết hết rồi, dưới hầm.

- Nhà mày đâu?

- Trong kia.

Đích nheo mắt nhìn theo ngón tay trỏ của đứa bé: nơi cái xóm trống hoang đó mấy mảnh tường lổ đổ, mấy cây cau cháy và vài đám khói. Đích hỏi tiếp:

- Có tụi nó về đây không?

- Không biết.

- Mày lấy gì để sinh sống?

- Sống à, không có gì hết.

Đích ngậm ngùi, đi ra ngoài giàn bí hái một trái bí lẻ loi để luộc ăn với cơm buổi trưa. Đích móc trong túi năm chục bạc đưa cho đứa bé:

- Trả tiền trái bí cho em đây này.

- Không.

- Sao lại không, sao không lấy tiền.

- Lấy sợ các ông nói "tề điệp", các ông giết.

- Không, đây là lính Quốc gia, lấy tiền đi.

Thằng bé ngước lên:
- Các ông có giết tôi không?
- Không.

Một sự tương thông đến kì lạ. Một người "trời" Đông, một người "trời" Tây – nhưng tiếng nói về nhau, và về chính mình sao nghe gần gũi, quạnh hiu và lạnh đến thế. Một không khí chung của thời đại, mà nơi ấy, sinh mệnh con người được đem ra "bày đặt" như là một cuộc chơi của máu và nước mắt – một cuộc chơi của lầm than.

Lý Đợi

Viết để trần thuật, làm chứng và ở một vị thế cực chẳng đã, Cung Tích Biền đã thành công phá đổ tất cả, từ nội dung đến hình thức cũng như đặt lại các vấn đề, vấn nạn.

Sáng tác trong tinh thần hậu-hiện-đại, con chữ mang dấu ấn cấu trúc của thời đại, các chuyện kể được viết ra như những liên-văn-bản, nội dung, tình tiết, lớp lang bị đảo lộn, cắt khúc hoặc xuất hiện như không hẹn trước, như đã là lịch sử của đất nước.

Điểm nổi bật trong văn chương Cung Tích Biền là tính nghịch dị. Những hình tượng nghệ thuật, kể cả phong cách và thể loại, được ông kết cấu dựa trên huyễn tưởng, ngụ ngôn, ngụ ý, thậm chí trào phúng, đôi khi.

Trịnh Y Thư

Tên truyện đã buồn, câu chuyện càng buồn hơn. Không khí truyện lạnh tanh, như người ta vẫn lạnh lùng bắn giết nhau trong chiến tranh, và vẫn dẫm đạp lên nhau mà sống, vẫn dửng dưng trước những nỗi đau của đồng loại trong thời bình

Dĩ An, nhân vật nữ ấy, mang thân phận của một quê hương rách nát vì bị chiến tranh tàn phá và hủy hoại đến tận gốc rễ. Có rất nhiều "Dĩ An" như thế, có rất nhiều "khách má hồng nhiều nỗi truân chuyên" như thế, và có rất nhiều "ngoại ô", nhiều "khung trời buồn" như thế trong thời buổi chinh chiến điêu linh

Ngày xưa tôi từng "chấm" *Cung Tích Biền là một trong những nhà văn viết truyện ngắn về chiến tranh hay nhất.* Nay lại phải nói thêm, *"Truyện ngắn thời bình của Cung Tích Biền hiện nay ít ai viết hay hơn."*

Lê Hữu

Đọc truyện *Ngoại Ô Dĩ An Và Linh Hồn Tôi*, ta có thể thấy là một truyện tình cảm, đạo đức, viết đạt. Trong một nước lệ thuộc, một người chị hy sinh làm đĩ để gia đình, để em được làm người. Hết sức kinh điển, khác gì nội dung truyện Kiều? Nhưng nếu chỉ có bấy nhiêu thì sẽ không có hậu. Nếu ta chỉ thấy bấy nhiêu, ta chưa cảm thấy được kích thước nghệ thuật của Cung Tích Biền, vì ta chưa cảm và hiểu được đoạn văn này:

Tôi gọi chị là Liêm – cái tên cha mẹ đặt cho chị – thì chị cãi lại ngay. Chị nói "Mày nhớ tao là con Dĩ An đây". Nhiều khi chị có vẻ bình tĩnh và tâm sự với tôi: "Em này, chị muốn đến sự khổ đau cũng phải có tên gọi".

Một sự khổ đau chưa có tên gọi, là gì? Là một sự kiện trong muôn ngàn sự kiện xảy ra từng giờ, từng khắc trong vũ trụ mênh mông, vô tận. Một sự kiện tự nhiên, vô nghĩa. Trong thế giới ấy, con người chỉ là một huyền thoại. Hành động sáng tạo, khẳng định nhân giới là hành động này: đặt một cái tên cho mọi sự, đưa nó vào ngôn ngữ, cho nó một kích thước tồn tại vượt tự nhiên, biến nó thành ý nghĩa, kiến thức, giá trị, thành nhân cách của con người xuyên qua các thế hệ. Nó đòi hỏi sự hiện diện của một tâm hồn, của nghệ thuật, của nhà văn. Nói tới Kiều, ta biết ta là người, là đau khổ, và ta hiểu, trong đời, không có đau khổ nào hơn đau khổ này. *"Chị Dĩ An, chị đã đánh mất tương lai, đánh mất quá khứ"*.

Cung Tích Biền biết giá trị của ngôn ngữ. Vì ông có điều đáng nói với đời, ít nhất đời người Việt. Điều đáng nói ấy là ngọn lửa soi sáng, nung đúc văn ông trong suốt ba mươi năm. Chính vì nó đáng nói, chính vì ông lấy đời mình nung đúc nó suốt ba mươi năm qua mà lời nói ấy biến thành văn, mà tình cảm đó biến thành nghệ thuật.

Cách đây ba mươi năm, Cung Tích Biền đã biết điều đó. Ông đã thấy rõ mối liên hệ nhân bản giữa quá khứ và tương lai trong cuộc sống hiện tại của con người. Có lẽ vì vậy, ba mươi năm sau, qua cuộc bể dâu, ông vẫn còn nghị lực cầm bút, tặng cho ta những truyện ngắn mới đây. Cũng có lẽ vì vậy văn ông kinh điển, hàm súc, ít khi thừa chữ: khi đã biết giá trị của ngôn ngữ, người ta chỉ dám dùng để nói điều đáng nói, và nói sao cho mọi người hiểu được.

Phan Huy Đường

Tôi thật sự kính phục và quý trọng nhân cách, trí tuệ và năng lực sáng tạo sung mãn của nhà văn Cung Tích Biền. Ông là một nhà văn hiếm hoi của thời đương đại, chấp nhận cuộc sống cô độc, buông bỏ mọi thị phi, an nhiên trong hành trình văn chương độc lập với chính mình để nhìn và nghe thấu dư vang máu lệ của sử lịch.

Ngay từ khi xuất hiện trên văn đàn miền Nam dưới bút hiệu Cung Tích Biền, với truyện ngắn *Ngoại Ô Dĩ An Và linh Hồn Tôi"* đăng trên Tuần Báo Nghệ Thuật, Sài Gòn, tháng 3.1966, nhà văn đã thể hiện một chất giọng rất riêng, thấu tỏ phận người và bi kịch chiến tranh.

Sau biến cố 30.04.1975, ông tiếp tục viết với bút lực phong phú, sung mãn dị thường, nhất là từ thập niên 1990 trở về sau.

Ông vẫn mãi mãi là nhà văn độc lập và cô độc, đúng như bộc bạch chân thành của mình:

"Một văn chương hoàn chỉnh chính là Một Nạn Nhân.

Một Hoàn chỉnh Văn chương là tật nguyền ráp lại.

Một thường-trực-trả-lời, trong hoàn cảnh Việt Nam hôm nay, phải là một trung-thực-chịu-nạn.

Đặng Thơ Thơ *phỏng vấn,*
(damau.org, 21.03.2008)

Tôi gọi ông là nhà văn Uyên áo và Trầm mặc Dị Thường giữa thời đương đại. Sức thấm đẫm và lan tỏa của văn chương Cung Tích Biền, tôi tin, vẫn còn vang vọng rất sâu xa về cái đẹp nhân văn, nhân bản trong những trang văn đầy những *"Giọt máu không màu / Giọt mưa không suốt / Máu là mưa"* [Thơ Cung Tích Biền] của ông.

Nguyễn Lương Vỵ

Với tôi, Cung Tích Biền là một biệt lệ. Càng bước gần tuổi tám mươi, bút lực của ông càng sung mãn; với một tâm thái bát ngát minh triết, chứa chan những hồi chuông nhân bản, lai tỉnh xã hội càng lúc càng biến dạng.

Chọn cho mình một chân trời chữ nghĩa mới. Chân trời hư huyễn máu, xương, những trang văn của Cung Tích Biền như những tấm gương chói lọi nỗi buồn và niềm đau kín kẽ. Ông mặc khoác cho hư huyễn, cho ẩn dụ văn chương của ông, chiếc áo thời thế. Ông đi giầy, mang vớ cho hư huyễn truyện của ông... Rất nhiều thành tựu ngời ngợi chữ-nghĩa-hôm-nay của Cung Tích Biền.

Tôi muốn nói, dù phải sống với oan khiên, như vết chàm, như chiếc bóng định mệnh bất hạnh đời mình, nhưng, cuối cùng, họ Trần vẫn không hề lỗi hẹn với văn chương. Chẳng những thế, ông còn cho chữ và, nghĩa của ông, những khấp báo trầm thống!

Ông là một nhà văn miền Nam, sau biến cố 1975, xứng đáng với hai chữ **Nhà-Văn-viết-hoa**.

Du Tử Lê.

MỤC LỤC

PHỤ LỤC I

PHỤ LỤC II

Trích một số nhận định của nhiều Tác giả về văn chương Cung Tích Biền.

Nhà xuất bản Thao Thao

Tổng phát hành trên toàn thế giới

Đặt mua sách: info@thaothao.net

Hoặc đạt mua trực tiếp:

Amazon

www.ingramcontent.com/pod-product-compliance
Lightning Source LLC
Chambersburg PA
CBHW021135190726
48288CB00008B/2674